आपल्या
स्नेहीजनांना
पुस्तके
भेट द्या

पहिले प्रेम

I0526541

वि. स. खांडेकर

मेहता पब्लिशिंग हाऊस

- *या पुस्तकातील लेखकाची मते, घटना, वर्णने ही त्या लेखकाची असून त्याच्याशी प्रकाशक सहमत असतीलच असे नाही.*

PAHILE PREM by V. S. KHANDEKAR

पहिले प्रेम : वि. स. खांडेकर / कादंबरी

© सुरक्षित

मराठी पुस्तक प्रकाशनाचे हक्क मेहता पब्लिशिंग हाऊस, पुणे.

प्रकाशक : सुनील अनिल मेहता, मेहता पब्लिशिंग हाऊस,
१९४१, सदाशिव पेठ, माडीवाले कॉलनी, पुणे - ४११०३०.

मुखपृष्ठ : चंद्रमोहन कुलकर्णी

प्रकाशनकाल : १९४० / १९४३ / १९४७ / १९५९ / १९७३ / १९९३ / १९९७ / २००० / २००३ / २००५ / २००६ / २००८ / मार्च, २००९ / जून, २०१० / जून, २०११ / फेब्रुवारी, २०१२ / डिसेंबर, २०१२ / जुलै, २०१३ / सप्टेंबर, २०१४ / फेब्रुवारी, २०१६ / ऑक्टोबर, २०१७ / पुनर्मुद्रण : सप्टेंबर, २०१८

P Book ISBN 9788177663761
E Book ISBN 9788184989700
E Books available on : play.google.com/store/books
www.amazon.in

माझे आवडते साहित्यिक
न. चिं. केळकर
व
वा. म. जोशी
यांस

पार्श्वभूमी : एक

गेल्या एप्रिल महिन्यातली गोष्ट! (एक तारखेची मात्र नव्हे!)

'बायको माहेरी गेली की प्रौढ मनुष्य सुद्धा कॉलेजचा विद्यार्थी होतो या', सुभाषिताचा मी अनुभव घेत होतो. संध्याकाळी फिरायला गेल्यावर अमुकच वेळी परत आले पाहिजे, असे बंधन नसल्यामुळे आठ-साडेआठ वाजल्यावर एका भोजनालयाचा रस्ता मी सुधरला. त्या दिवशी माझे पुतणे बापूराव भडकमकरही माझ्यासोबत होते.

आम्ही उशिरा गेल्यामुळे खाणावळीत विशेष गर्दी नव्हती. जेवता जेवता आम्ही दोघे गप्पागोष्टी करीत होतो; पण आमचे बोलणे एकदम थांबले. बाहेर मॅनेजरच्या टेबलापाशी चार-पाच मंडळींची चर्चा चालली होती. त्या संभाषणात 'वादळ', 'होड्या', 'पहिलं प्रेम' इत्यादी शब्दांचा वारंवार उच्चार होत होता. गतवर्षी 'किर्लोस्कर' मधून 'वादळातल्या होड्या' या नावाने मी एक कथामाला* सुरू केली होती. तिच्यातल्या प्रकाशित तीन गोष्टींवर बाहेर वादविवाद चालला आहे, हे माझ्या लक्षात आले. 'लेकी बोले, सुने लागे' अशातला हा प्रकार नसला, तरी 'सूनबाई मागच्या दारी असल्या की, सासूबाईंनी पुढल्या दारी राहून त्यांना उपदेश ऐकवावा', तसला मामला दिसला हा!

मी व बापूराव एकमेकांकडे पाहून हसलो. जेवण संपल्यावर आम्ही आचवायला गेलो, तेव्हा टेबलाभोवती पाच-सात तरुण मंडळी जमा झालेली दिसली. मला वाटले मराठी साहित्याच्या उत्कर्षाचा दिवस अगदी जवळ आला आहे, यात शंका नाही. कॉलेजातल्या मराठी वाङ्मयमंडळाचे काम खाणावळीत योगायोगाने जमलेली मंडळी पार पाडू लागली, ही काय वाङ्मयाची कमी प्रगती झाली?

---

* ही कथामाला मी विशिष्ट पद्धतीने लिहित होतो. प्रत्येक गोष्ट एका दृष्टीने स्वतंत्र वाटावी; पण ती गोष्ट हे एका कादंबरीचे प्रकरण व्हावे, अशी ती पद्धत होती. 'पहिले प्रेम' हीच ती कादंबरी.

हात धुवून मी मॅनेजरांच्या टेबलावर रुपया टाकला. त्यांनी दिलेले पाच आणे मी उचलून घेतले न घेतले, तोच माझ्या डाव्या बाजूला टेबलावर अर्धवट रेलून बसलेला एक तरुण मला म्हणाला,

"तुम्हाला थोडी सवड आहे का?"

महिनाभरच का होईना, मी कॉलेजचा विद्यार्थी झालो होतो. घरी लवकर परत गेले नाही म्हणून कुणी माझी वाट पाहणार नव्हते की, कुणी माझ्यासाठी जेवायचे तिष्ठत राहणार नव्हते.

त्या तरुणाला मी होकारार्थी उत्तर दिले.

तो म्हणाला, "तुम्हाला काही शंका विचारायच्या आहेत, मला!"

"विचारा की!" खुर्चीवर बसत मी म्हटले.

त्यानंतर जवळजवळ पाऊण तास मी त्याच्याशी बोलत होतो. ते सारेच संभाषण मनोरंजक होते. पण त्याचा मथितार्थ एकाच वाक्यात सांगता येईल 'वादळातल्या होड्या' या माझ्या कथामालेत पहिले प्रेम हे स्वप्नाळू असते, त्या प्रेमभंगाची जखम फार खोल असते, ही कल्पना नुसती कविकल्पनाच आहे. जीवनाला ओलावा आणणारी प्रीती ही पहिल्या प्रेमाहून भिन्न असते, हा अनुभव अनेकांना येतो, इत्यादी... इत्यादी. ज्या गोष्टी मी सांगितल्या होत्या, त्या त्या तरुणाला पटत नव्हत्या. तो म्हणाला, "तुम्ही म्हणता, ते विचाराच्या दृष्टीने बरोबर वाटतं पण भावनेच्या दृष्टीनं पाहिलं तर...."

वादविवादाने माझे म्हणणे खोडून काढता येत नाही, असे पाहताच त्याने टीकाकाराचे शेवटचे अस्त्र बाहेर काढले. तो म्हणाला, "माझाच अनुभव पाहा की!"

"काय अनुभव आहे तुमचा?"

हा प्रश्न विचारताना दैनंदिन जीवनाच्या मृत्तिकेत विविध अनुभवांच्या क्षणांचे जे सुवर्णकण लपलेले असतात, ते वेचून घेणारा माझ्यातला कथाकार जागृत झाला होता.

तो तरुण आपली हकीकत सांगू लागला, तेव्हा त्याच्या प्रत्येक वाक्यागणिक मी त्याला प्रश्न विचारीत होतो. त्याचे प्रत्येक उत्तर ऐकून श्रोते मनःपूर्वक हसत होते.

त्याची हकीकत थोडक्यात अशी होती – त्याचे लग्न ठरल्यामुळे (म्हणजे वडील माणसांनी ठरविल्यामुळे) तो मुंबईहून नुकताच आला होता. या लग्नाबद्दल त्याची काहीच तक्रार नव्हती; पण त्याचे खरे प्रेम मुंबईतल्या त्याच्या परिचयाच्या एका मुलीवर होते. "मग तिच्याशी तुम्ही लग्न का करीत नाही?" या माझ्या प्रश्नाला त्याने उत्तर दिले, "ते माझ्या वडील माणसांना पसंत नाही!' लगेच त्याच्यातला कवी बोलू लागला – 'उद्या माझं लग्न होईल, त्या बायकोबरोबर

मी संसार करीन. सारं काही ठीक होईल; पण माझं प्रेम – माझं प्रेम त्या मुंबईतल्या मुलीवरच राहील!'

''आणखी पाच वर्षांनी तुम्ही मला भेटलाच, तर त्या वेळी या मुंबईच्या मुलीची आठवणसुद्धा होणार नाही तुम्हाला!'' असे सांगून मी त्याचा निरोप घेतला खरा; पण त्याचे शेवटचे शब्द मात्र मी अजूनही विसरलो नाही!

...आणि ते विसरायचे तरी कसे? केवळ योगायोगाने मला भेटलेल्या या तरुणाचे ते विचार या ना त्या रूपाने कानांवर पडले नाहीत, असा माझा एकही महिना जात नाही. लेखक म्हणून मला येणाऱ्या पत्रांमधून, तो खाजगी संभाषणापर्यंत सर्वत्र तरुणांच्या ज्या प्रेमविषयक कल्पना दिसून येतात, त्या सर्व या एकाच छापाच्या आहेत – पहिले प्रेम, हेच खरे प्रेम – ते विफल झाले की, अंत:करणाला जबर जखम होते. 'हा जखमी इसम जगरहाटीप्रमाणे लग्न करतो हे खरे; पण त्यामुळे त्या जखमेच्या वेदना काही कमी होत नाहीत.' डॉक्टरी भाषेत सांगावयाचे म्हणजे, 'प्रेमभंग हा एक असाध्य रोग आहे'.

पहिल्या प्रेमातल्या स्वाभाविक कल्पनारम्यतेची टर उडविणे सोपे असले तरी ते क्रूरपणाचे होईल. मात्र राहून राहून मला एका गोष्टीचे नवल वाटते – पहिल्या प्रेमाइतकेच दुसऱ्या अथवा तिसऱ्या प्रेमात रंगून जाणाऱ्या माणसांनासुद्धा, पहिले प्रेम हेच खरे प्रेम, असे म्हणण्याचा मोह आवरत नाही.

गतवर्षी माझ्या परिचयाच्या एका तरुणाचा असाच प्रेमभंग झाला! त्याच्या प्रेयसीने त्याला का झिडकारले, हे मला ठाऊक नाही; पण त्याने ही गोष्ट आपल्या जिवाला फार लावून घेतली. त्याने मला पत्रात लिहिले होते :

'तिचे पत्र आल्यावर खोलीचे दार लावून घेऊन मी खूप रडलो, दिवस कसा तरी संपला; पण रात्रीच्या काळोखात मनाची अधिकच काहिली होऊ लागली. खोलीतून उठून माळरानावर जाऊन पडलो. रात्रभर आकाशातल्या तारकांकडे पाहत होतो. त्यांचे ते किरण... छे! विषारी भाले होते ते!'

हा तरुण परवा मला भेटला, तेव्हा दुसऱ्या एका मुलीविषयी मोठ्या उत्कट भावनेने बोलत होता. या मुलीबरोबर लग्न होईल तर आपण पूर्णपणे सुखी होऊ, ही त्याची भावना त्याच्या शब्दाशब्दांतूनच नव्हे, तर त्याच्या मुद्रेवर उमटणाऱ्या प्रत्येक छटेतूनसुद्धा दिसत होती. याचा अर्थ तो आपले पहिले प्रेम पूर्णपणे विसरून गेला होता. अगदी एकांतातसुद्धा त्या मुलीची त्याला कधीही आठवण होणार नाही किंवा आयुष्यातल्या प्रत्येक पराभवाबद्दल मनुष्य जसा अकारण हळहळत राहतो, तशी त्यालाही एखादे वेळी या पहिल्या प्रेमाच्या स्मरणाने हुरहूर वाटणार नाही, असे नाही; पण त्याचे विफल झालेले

पहिले प्रेम त्याच्या जीवन-विकासाच्या आड येऊ शकले नाही, हे मात्र खरे!

पहिले प्रेम स्वप्नाळू असते; पण खोटे नसते, स्त्री-पुरुषांच्या प्रेमात शारीरिक आकर्षणाचा जो मोठा भाग असतो, तो मान्य करायला तरुण मनाची बहुधा तयारी नसते. काव्यातल्या कल्पनांनी भारून गेलेल्या तरुण दृष्टीला पहिले प्रेम हे दिव्य, स्वर्गीय, अतुल आणि अनुपम वाटावे, यात अस्वाभाविक असे काहीच नाही. काव्य आणि काळा चश्मा यांचे साम्य कुणालाही आवडले नाही, तरी व्यवहारात ते पदोपदी अनुभवाला येते. डोळ्यांवर काळा चश्मा घालून उन्हाकडे पाहणाऱ्याला त्याची तीव्रता जशी जाणवत नाही, त्याप्रमाणे काव्यदृष्टीने जगाकडे पाहणाऱ्यालाही जीवनातल्या खाचखळग्यांची जाणीव होत नाही.

प्रेमभावना अंकुरित होण्याचे तरुण-तरुणींचे वय आणि त्या वेळी त्यांच्या वाचनात येणारी पुस्तके ही दोन्ही स्वप्नाळू असतात. गटेने एखाद्या ठिकाणी – "The first love is the only love; and by the second, the highest sense of love is already lost." असे उद्गार काढलेले आढळले की, तरुणांना ते वेदवाक्याप्रमाणे वाटतात. जीवनातला अनुभव परिणामकारक करण्याकरता वाङ्मयाला तो अनेकदा अतिरंजित स्वरूपात मांडावा लागतो, हे त्यांच्या लक्षातच येत नाही. इतकेच नव्हे, तर भाववाङ्मय निर्माण करणारा कलाकार फाजील हळुवार (Over -sensitive) वृत्तीचा असल्यामुळे – तो तसा नसेल, तर त्याचे वाङ्मय इतके सरस होणारच नाही – त्याने केलेल्या जीवनाच्या चित्रणाकडे अंधश्रद्धेने पाहणे धोक्याचे आहे, इकडेही त्यांचे लक्ष जात नाही.

त्यांच्याभोवती ज्या सुंदर वाङ्मयकृती सजीव होऊन वावरत असतात, त्यांचे ध्रुपद एकच असते – 'पहिले प्रेम, हेच खरे प्रेम, तेच दिव्य प्रेम'. पहिल्या प्रेमाची उणीव दुसरे प्रेम भरून काढू शकत नाही. 'शरच्चंद्रांचा देवदास असो अथवा स्टीफेन झ्वाइगची अनामिक नायिका (Letter from an Unknown Woman) असो!' दोघांचे दुःख तरुणांच्या अंतःकरणाला जाऊन भिडते. स्फुंदत-स्फुंदत ते म्हणते – पहिले प्रेम, हेच खरे प्रेम आहे. देवदासासाठी चंद्राने केवढा मोठा त्याग केला. त्याच्यासाठी ती विलासी वेश्या, संन्यासिनी झाली; इतके निर्मल आणि उत्कट प्रेम जगात कुठे तरी पाहायला मिळेल का? पण चंद्राइतके प्रेम करीत असूनही देवदास पार्वतीला विसरू शकला नाही. अन्न आणि प्रेम या दोन्ही भुकाच खऱ्या! पण मिळेल ते अन्न खाऊन माणूस जगत असला तरी मिळेल त्या प्रेमाचा स्वीकार करून मनुष्य सुखी होत नाही. त्याला आपलेच माणूस हवे असते. व्यवहारात नगाला नग चालतो;

पण प्रेमात – छे:! तसे असते, तर झ्वाइगची ती अनामिक नायिका जन्मभर त्या प्रख्यात कादंबरीकाराची पूजा कशाला करीत बसली असती?

ऐन विशीत तरुणांच्या अंत:करणात भावनेला सहज प्रवेश मिळतो. विचारला– विशेषत: कुठल्याही भावनेची चिरफाड करणाऱ्या विचाराला – तिथे सहसा जागा मिळत नाही. दाट धुक्यातून दगडाधोंड्यांनी भरलेला डोंगरसुद्धा सुंदर दिसू लागतो, हा कुणाला अनुभव नाही? तरुणांच्या भावनाकुल दृष्टीला पहिले प्रेम तसेच मोहक दिसते. शारीरिक आकर्षणाचा पहिला-वहिला उन्मादक अनुभव ज्या व्यक्तीमुळे आपल्याला मिळतो, तिच्याविषयी मनाला विलक्षण आसक्ती वाटावी, हे नैसर्गिकच आहे; पण या आसक्तीत नावीन्यामुळे आवडणाऱ्या अनुभवाचा भाग किती अन् जीवनाला पोषक अशा इतर अनुभवाचा भाग किती, याचे पृथक्करण केले तर – प्रेम आणि रसायनशाळा! छे! नकोच ती भानगड!

'शाकुंतल', 'मृच्छकटिक' आणि 'कादंबरी' या संस्कृत वाङ्मयातल्या सुंदर प्रेमकथा तरुण आवडीने वाचतात, त्यांच्या प्रणयोन्मुख मनांना या कथा फुलवितात, हसवितात, डोलवितात. पण या कथांवरले कल्पनारम्य सुंदर आवरण दूर करून त्यांच्याकडे पाहिले – किंबहुना त्यांना आजकालचा सामाजिक वेष चढविला, तर ही उन्मादकता कमी झाल्याशिवाय राहणार नाही.

१९४० सालच्या शाकुंतलाच्या कथानकाची रूपरेषा थोडी-फार अशी होईल – गांधीजींच्या एका शिष्याचा कोकणातल्या कुठल्या तरी खेड्यात एक आश्रम आहे. मुंबईचा एक श्रीमंत मनुष्य हवा पालटण्याकरिता म्हणून त्या खेड्यात जातो. वेळ जात नाही, म्हणून स्वारी कवडे मारायला निघते व या आश्रमाजवळ येते. आश्रमातला एक शिष्य या आधुनिक दुष्यंताला अहिंसेचे महत्त्व पटवून देतो. व आश्रमात येऊन गूळ-पाणी घेण्याविषयी विनंती करतो. तिथे गोठा झाडीत असलेली किंवा स्वयंपाक करीत असलेली (काव्यच हवे असल्यास, फुले तोडायला लावायला काही हरकत नाही) शकुंतला त्याच्या दृष्टीला पडते. इथे मूळ शाकुंतलामधला भुंग्याचा प्रसंग घालावासा वाटला, तर भुंग्याचे रूपांतर माशीत करणे जरूर आहे. या आधुनिक दुष्यंताची व शकुंतलेची दृष्टभेट होताच त्यांना परस्परांविषयी 'काही तरी' वाटू लागले, हे कबूल करायला हरकत नाही. बिचारी आश्रमात वाढलेली मुलगी! पंचे नेसून फिरणाऱ्या शिष्यांशी तुलना करता हा सूटबूटवाला तिच्या डोळ्यांत भरला, तर त्यात नवल कसले? दुष्यंतमहाराज तर बोलून-चालून श्रीमंत! प्रेमसुद्धा बाजारात मिळू शकते, हा त्यांचा आतापर्यंतचा अनुभव! इथे ते अधिकच स्वस्त मिळेल, अशा अपेक्षेने ते या शकुंतलेकडे पाहतात!

पुढले प्रसंग सविस्तर वर्णन करण्याची आवश्यकताच आहे, असे नाही;

पण ही आधुनिक शकुंतला गरोदर आहे, असे कळताच आश्रमातले गुरुजी तिला सन्मानाने मुंबईला पाठविण्याच्या तयारीला लागतील, हे अगदी असंभाव्य आहे. ते तिला हाकलून तरी देतील किंवा गुपचूप तिची पंढरपूरच्या अगर मुंबईच्या आश्रमात व्यवस्था करतील. मुंबईच्या आश्रमातून ही शकुंतला धिटाईने त्या दुष्यंताच्या बंगल्यावर गेलीच, तर हंसपदिकेबरोबर मोटारीतून फिरायला जायला निघालेला तिचा प्रियकर तिला ओळखणार सुद्धा नाही. आणि तिने ओळख देण्याचा प्रयत्न केलाच, तर तिला दोन धक्के देऊन घालवून तरी देईल किंवा तिला वेडी ठरवून ठाण्याला पाठविण्याची व्यवस्था तरी करील.

सुंदर काव्य हा विडंबनाचा किंवा चिरफाडीचा विषय नाही, हे मला मान्य आहे. मुलगी पाहायला जाणारा डॉक्टर आपल्यासमोर बसलेल्या तरुणीकडे पाहताना कोमल शरीरात किती हाडे असतात, सुंदर डोळ्यांनासुद्धा कोणकोणते रोग होऊ शकतात आणि चाफेकळीसारख्या नाकातले हाड वाढले की ते कसे कापून काढतात, याचा विचार करू लागला तर त्याला जन्मभर ब्रह्मचारीच राहावे लागेल! पण दवाखान्यात त्याच्यापुढे कितीही सुंदर स्त्री येऊन उभी राहिली, तरी तिच्या सौंदर्यापेक्षा तिला झालेल्या विकृतीचाच विचार त्याच्या मनात आधी आला पाहिजे.

...आणि म्हणूनच काव्यात वर्णन केलेल्या पहिल्या प्रेमाचे स्वप्नाळू, अतिरंजित किंवा एकांगी स्वरूप लक्षात न घेता; तरुण पिढी जीवनातले तत्त्वज्ञान म्हणून जेव्हा त्यांच्याकडे पाहू लागते, तेव्हा त्याचे पृथक्करण केल्याशिवाय गत्यंतरच उरत नाही. 'शाकुंतल' काय, 'मृच्छकटिक' काय किंवा कादंबरी काय, या अजरामर कलाकृतींत प्रेमाचे जे चित्रण केले आहे, त्यावरून पहिल्या प्रेमात मदनबाधेचाच अधिक भाग असतो, हे उघड होईल. महाश्वेतेला पाहताच तिच्या स्पर्शसुखासाठी धडपडणारा आणि ती दृष्टिआड होताच विरहव्याकूळ होऊन प्राण सोडणारा पुंडरिक यांच्या पहिल्या प्रेमात शरीरप्रेमाचा भाग अधिक असतो, हे या सिद्धान्ताचे मूर्तिमंत उदाहरण नाही का? कादंबरीच्या आलिंगनाने मृत चंद्रापीड सजीव होतो, ही कल्पना अद्भुतरम्य असली, तरी तिच्या मागेही शरीरप्रेमातला उन्माद उभा आहेच! 'रमवाया जाऊ प्रियासी, रमवाया जाऊ' असे म्हणत, मुसळधार पावसात भिजत, वसंतसेना चारुदत्ताच्या घरी गेली, ती काही तो फार आजारी होता, म्हणून त्याला औषध द्यायला नाही, तर आलिंगन द्यायला.

या प्रेमकथांच्या चित्रणात काही चूक आहे, असे मला मुळीच म्हणायचे नाही. विशी-पंचविशीतल्या तरुणतरुणींची गोष्ट तर सोडूनच देऊ; पण चांगले चाळीशी उलटलेले किंबहुना पन्नाशीच्या घरात आलेले बुद्धिवान लोक मदनबाधा

झाली की, जे चाळे करू लागतात ते दररोज आपल्याला दिसत आहेच. स्त्री-पुरुषांतल्या प्रीतीची पहिली पायरी शारीरिक आकर्षण हीच आहे. समाजातल्या भ्याड किंवा ढोंगी संकेतांना बळी पडून, तिचे अस्तित्व तरुण पिढीने नाकारणे आणि पहिले प्रेम हे चिरकाल टिकणाऱ्या भक्तीच्या स्वरूपाचे असते, अशी तिने आपली समजूत करून घेणे, या गोष्टी अंती अनिष्ट झाल्याशिवाय राहत नाहीत.

पण अजून आपल्या समाजात सत्यापेक्षा संकेतांना अधिक मान आहे. कल्पनेच्या सुंदर चौकटीत बसविण्याकरिता अनुभवाचे चित्र कापून ठाकठीक करण्यात मोठा उदात्तपणा आहे, अशी अजूनही आपली समजूत आहे. चौकट कितीही सुंदर असली, तरी चित्र कापण्यापेक्षा चौकटच मोडून हवी तशी करून घेणे, केवळ सौंदर्याच्याच नव्हे, तर सर्व दृष्टींनी अधिक हितावह असते. हे तत्त्व १९४० सालीसुद्धा आपल्या समाजाच्या पचनी पडले आहे, असे म्हणवत नाही. राजकीय, सामाजिक, धार्मिक, औद्योगिक आणि वाङ्मयीन क्षेत्रांतली आपली प्रगती मुंगीच्या पावलाने होण्याचे एक प्रमुख कारण, आमच्या जीवनविषयक तत्त्वज्ञानात अजून चित्रापेक्षा चौकटीलाच अधिक महत्त्व आहे, हे होय. प्रीतीचे क्षेत्र तरी या नियमाला अपवाद कुठून होणार?

प्रेमाच्या बाबतीत तरुणपिढी अतिशय गोंधळून गेली आहे. हे आपल्याभोवती वावरणाऱ्या तरुणतरुणींच्या आयुष्यांकडे आपुलकीने पाहणाऱ्या कुणाही मनुष्याला दिसून येईल! 'चाकू-कात्र्या ही लहान मुलांची खेळणी नव्हेत' या वाक्याच्या चालीवर 'शाळा-कॉलेज या प्रेम करण्याच्या जागा नव्हेत!' असा उपदेश वडील मंडळींच्या तोंडून किंवा त्यांच्या साहित्यातल्या प्रतिनिधींकडून वारंवार तरुणांच्या कानांवर पडतो. लहानपणी लग्ने झाल्यामुळे असो, व्यक्तिस्वातंत्र्याच्या कल्पना मर्यादित असल्यामुळे असो अथवा आजचा आर्थिक कोंडमारा अस्तित्वात नसल्यामुळे असो; आजच्या तरुण पिढीला ज्या विरोधी भावनांच्या भोवऱ्यात गरगर फिरावे लागत आहे, त्या मागच्या पिढीच्या वेळी अगदी सुप्त स्थितीत होत्या, असे म्हटले तरी चालेल. गेल्या वीस वर्षांतच यौवनसुलभ प्रेमाचे सविस्तर चित्रण करणारे वाङ्मय मराठीत निर्माण झाले. त्यापूर्वी त्याचा आस्वाद 'सौभद्रा'तला कृष्ण-रुक्मिणीचा प्रवेश किंवा 'मानापमानातला धैर्यधर वनमालेला वारा घालायला तयार होतो' तो प्रवेश, अशा तुरळक ठिकाणीच प्रेक्षक घेऊ शकत असत. पण चित्रपटांतील वाढत्या प्रसाराबरोबर आता प्रेमकथा पडद्यावर येऊन नाचत आहेत. या कथांपैकी बहुतेक कलेपेक्षा धंद्याच्या आणि मानसशास्त्रापेक्षा आठवड्यांच्या दृष्टीने चित्रित केल्या जातात. त्यामुळे तरुणांच्या मनात स्वाभाविकपणे उमलू लागणाऱ्या प्रणयभावनेला चित्रपटांतली प्रेमदृश्ये पाहून इतक्या लगबगीने

बहर येतो की, बोलून सोय नाही. स्वप्नाळू मनाला वास्तवापेक्षा अवास्तव अधिक आवडत असल्यामुळे, पडद्यावरल्या प्रेमकथांमधील कृत्रिमता किंवा अस्वाभाविकता तरुणांना बोचक होत नाही. आमचे स्त्रीस्वातंत्र्य केशभूषा आणि वेशभूषा यांच्यापलीकडे फारसे पोहोचले नसल्यामुळे, एकाच डब्यातून प्रवास करणाऱ्या माणसांचा परस्परांशी जेवढा संबंध येतो, तेवढाही सहशिक्षण घेणाऱ्या तरुणतरुणींत येत नसल्यामुळे, त्यांच्या प्रेमकल्पनांचे स्वरूप नकळत विकृत होते. मिश्र समाजात वावरणाऱ्या तरुणतरुणींची मने नुसत्या दृष्टिक्षेपाने, चार शब्दांनी किंवा साध्या सहवासात प्रेमाचा विचार करू लागत नाहीत. पण आपल्या समाजात मात्र वय, वाचन आणि वातावरण यांमुळे मने प्रेमकल्पनांनी भरून गेलेली असतात. प्रत्यक्ष व्यवहारात मात्र आई, बहीण आणि घरची मोलकरीण यांच्यापलीकडे चवथी स्त्री कधी बोलायलासुद्धा मिळालेली नाही, अशी स्थिती! त्यामुळे योगायोगाने ज्या तरुणतरुणींची ओळख होते, त्यांना आपले एकमेकांवर प्रेम आहे, असा भास होतोच होतो! उपाशी मनुष्याला कोणतेही अन्न आवडते किंवा भिकारणीचे मूल वाटेल त्या खेळण्यावर झडप घालते! तशातलाच प्रकार होतो, हा थोडासा! कॉलेजच्या जगात श्रीमंत, गरीब हे भेद तात्पुरते विसरले जातात. जातिभेद नावाचा एक क्रूर राक्षस अजून हिंदू समाजाच्या मानगुटीवर बसला आहे, या गोष्टीचाही विसर पडतो. दारिद्र्याच्या वाढत्या झळीने काव्यकल्पनांची फुले एका क्षणात कोमेजून जात आहेत. हे कटू सत्य पटत असले, तरी मनात ठसत नाही. भोवतालचे समाजजीवन 'सहाऱ्या'सारखे उजाड झाले असले, तरी कॉलेजातले जीवन बहुधा यक्षभूमीच्या भोवती प्रदक्षिणा घालीत असते. आणि प्रीती हीच यक्षभूमीची अधिष्ठात्री देवता असते, हे काव्य नव्याने सांगायला हवे?

खरे पाहिले, तर संक्रमणकाळ हा कृतीचा काळ असतो. मात्र कृती करणाऱ्याला भविष्याच्या नजरेला नजर देण्याचा धीर असायला हवा! कठोर व्यवहारापेक्षा कोमल काव्यावर पिढ्यान्‌पिढ्या ज्यांचे पोषण झाले आहे, अशा पांढरपेशावर्गात हा धीर अजून निर्माण झालेला नाही. भविष्यकाळातल्या कृतीपेक्षा भूतकालातली स्वप्नेच त्यांना अधिक जवळची वाटतात. समाजवादाचे साद-पडसाद कानांवर पडू लागले, तरी शेतात न राबता शेतीच्या उत्पन्नावर संसार चालविण्याच्या त्यांच्या कल्पना डोळ्यांपुढे तरळत आहेतच. शिकलेल्या तरुणांत एखाद्या साथीच्या रोगाप्रमाणे बेकारीची वाढ होत आहे हे दिसत असतानासुद्धा, कमी शिकलेल्या पण अधिक मिळवत्या अशा मुलाला आपली मुलगी देण्याचा धीर त्यांच्यांतला शेकडा एकच मनुष्य करू शकत असेल. उत्पादनाची साधने बदलली, जुन्या धार्मिक कल्पना धुळीला मिळाल्या, समतेचे नवे निशाण फडफडू

लागले. प्रत्येक क्षेत्रातून मिरासदारांचे आज ना उद्या उच्चाटन होणार, अशी चिन्हे दिसू लागली तरी अजूनही पांढरपेशावर्ग नीती, शिक्षण, संस्कृती, पावित्र्य, समाजरचना, जीवनाचे तत्त्वज्ञान, इत्यादी सर्व गोष्टींत परंपरेला कवटाळून बसण्याचा प्रयत्न करीत आहे. महापुरातून वाचविण्याकरिता एखाद्या मनुष्याने उन्मळून पडू लागलेल्या झाडाच्या शेंड्यावर चढावे, तशी ही त्याची धडपड आहे. आता पदोपदी कोसळून पडणाऱ्या वृक्षांचा आश्रय करून त्याला आपले रक्षण करता येणार नाही. महापुरात उडी टाकून पोहण्याचाच निश्चय त्याने केला पाहिजे. स्वप्नाळूपणा सोडून कठोर सत्याच्या नजरेला नजर भिडविली पाहिजे. सत्याच्या आधारावर जीवनमंदिर उभारले, तरच आपण सुखी होऊ, ही खूणगाठ मनाशी बांधून त्याप्रमाणे वागले पाहिजे.

...आणि म्हणूनच पहिल्या प्रेमातल्या काल्पनिक दिव्यत्वाला अथवा आभासात्मक उत्कटतेला भुलून जाऊन आजच्या मध्यमवर्गीय तरुणाने स्वतःचे मानसिक हाल करून घेणे, हा एक प्रकारचा वेडेपणाच आहे. प्रेम करणे हा तरुणांचा हक्क आहे. त्यांनी देशावर प्रेम केले पाहिजे, समाजावर प्रेम केले पाहिजे, आपल्या कुटुंबावर प्रेम केले पाहिजे आणि आपल्या आवडीच्या एखाद्या सुंदर मुलीवर अगर मुलावरही प्रेम केले पाहिजे. पण हे प्रेम परिस्थितीमुळे विफल झाले की, आपल्या आयुष्यातला सर्व रस संपला म्हणून हताश होणे, हा मनाचा दुबळेपणा आहे! प्रेम आणि जीवन यांच्या परस्परसंबंधांकडे पाहण्याचा दृष्टिकोन इतका संकुचित असून चालणार नाही. प्रेमभंग ही मूठभर हळव्या लोकांच्या बाबतीतच जबर जखम ठरते, पण तरुण शरीराची जखम केवढीही मोठी असली, तरी ती लवकर भरून येते; हा नित्याचा अनुभव आहे. तरुण मनालाही तोच नियम लागू करण्यास काय हरकत आहे? मधुमेहाच्या रोग्याची लहानशी जखमसुद्धा जशी चरत जाते, त्याप्रमाणे ज्यांची प्रेमभंगाची जखम कधीच बरी होत नाही, अशी माणसे मुळीच सापडणार नाहीत असे नाही. पण ती माणसे एक प्रकारच्या मानसिक विकृतीने पछाडलेली असतात. आत्मनिष्ठतेच्या अतिरेकामुळे त्यांना विलक्षण यातना भोगाव्या लागतात, हे केव्हाही विसरून चालणार नाही! पहिले प्रेम हे पुष्पासारखे असून, ते सुकले की मनुष्य प्रेमाला मुकला, या कल्पनेला अनुभवाचा फारच थोडा आधार आहे, हे तरुणांनी केव्हाही विसरू नये. गुलाबाच्या फुलाच्या दोन पाकळ्या गळून पडल्या, म्हणून काही त्यांचा सुवास कमी होत नाही; प्रेमाचेही असेच आहे. पहिल्या प्रेमातल्या निराशेने मनुष्य उदास होईल, त्याच्या डोळ्यांवरली काव्याची झापडही थोडीफार कमी होईल. पण एवढ्यामुळेच त्याला पुन्हा प्रेम करावेसे वाटणार नाही. त्याने पुन्हा प्रेम केले, तरी त्या प्रेमाला पहिल्या

प्रेमाची सर येणार नाही. या गोष्टी काव्यात शोभून दिसत असल्या तरी जीवनात त्यांना अवास्तव महत्त्व देण्यात अर्थ नाही.

'प्रीती मिळेल का, हो, बाजारी?' या आपल्या सुंदर गीतात केशवसुतांनी लिहिले आहे –

'प्रेमळ कृत्यांची माळ
प्रियजनकंठीं तू घाल;
द्विगुणित मग तो प्रीति तुला
देईल, न धरी शंकेला.
प्रीतिचा असा असे ग, सौदा
प्रीतिने प्रीति संपादा!'

केशवसुतांनी वर्णन केलेली प्रीती ही जीवनातली सर्वांत मोठी संपत्ती आहे, यात शंका नाही. पण ज्याला आपण पहिले प्रेम म्हणतो, ते या प्रीतीहून फार भिन्न असते. पहिल्या प्रेमाचा आत्मा सौंदर्य आहे, पण जीवनाला उजळणाऱ्या शांत प्रीतीचा उदय नुसत्या सौंदर्यातून होत नाही. त्या सौंदर्याला सामर्थ्याची नि साधुत्वाची जोड लागते. त्रिवेणीसंगम एका क्षणात – एका घटकेत – किंबहुना एक वर्षातही होत नाही. तपेच्या तपे आयुष्याच्या खडतर मार्गाने एकमेकांच्या हातात हात घालून प्रवास करणाऱ्या आणि आपल्या हास्याने एकमेकांना धीर देणाऱ्या जोडप्याच्या डोळ्यांतच त्याचा आढळ होतो! अशा प्रीतीच्या बाबतीत प्रेमभंगाची आपत्ती संभवतच नाही. मृत्यूलासुद्धा, प्रीतीच्या त्या दिव्यमूर्तीला हात लावण्याचा धीर होत नाही!

४-९-४०   **वि. स. खांडेकर**
खास बाग, कोल्हापूर

पार्श्वभूमी : दोन

कुठल्याही कादंबरीची दुसरी आवृत्ती सादर करताना लेखकाने पुन्हा तिला प्रस्तावना लिहिण्यात मुळीच औचित्य नाही, असे अनेकांना वाटेल. वधूबरोबर पाठराखीण पाठवितात, ती पहिल्या खेपेला! सासरच्या माणसांशी तिचा मुळीच परिचय झालेला नसतो, म्हणून. पण सहवासाने तिचा सासरविषयीचा संकोच नाहीसा झाला आणि उगीचच मधे-मधे लुडबूड करणारी लाज कोपऱ्यात लपून बसली, म्हणजे पाठराखणीची आवश्यकताच उरत नाही. उलट, आपल्या माणसाची ओळख झाल्यावर दुसऱ्या खेपेला पाठराखी नेली तर आधार म्हणून उपयोग होण्याऐवजी तिची आडकाठी होण्याचाच संभव अधिक असतो!

'पहिले प्रेम' ची दुसरी प्रस्तावना लिहिताना ही शंका माझ्या मनातही येऊन गेली. इतकेच नव्हे, तर कुठल्याही ललितकृतीला स्वत: लेखकाने प्रस्तावना लिहिण्यात स्वारस्य नसते, हे अनेक रसिकांचे विचारार्ह मतही मला आठवले. बोलपटात दिग्दर्शकाने वारंवार शाब्दिक मथळ्यांचे साहाय्य घेऊन कथेचा ओघ धावता ठेवणे हे कलेच्या दृष्टीने गौणच ठरत नाही का? मग आपल्या ललितकृतींतून सूचित होणाऱ्या विचारांची अथवा तत्त्वांची चर्चा करण्याकरिता लेखकाने प्रस्तावनेचा पसारा तरी कशाला मांडावा, अशी या आक्षेपकांची विचारसरणी असते. तिच्यात थोडेफार तथ्य आहे, यात मुळीच शंका नाही. 'काळ अनंत आहे व जग विशाल आहे. आज ना उद्या, कुणी ना कुणी समानधर्मी रसिक निर्माण होऊन तो माझ्या कलेची किंमत करीलच करील!' हे भवभूतीने काढलेले उद्‌गार आपल्या प्रतिभेविषयी पूर्ण आत्मविश्वास असणाऱ्या श्रेष्ठ साहित्यिकाला शोभतील, असेच आहेत. अशा कलावंतांच्या कृतींना स्वत:च्या काय किंवा दुसऱ्यांच्या काय, प्रस्तावनांची आवश्यकताच नसते. मात्र हे सर्व खरे असले तरी कुठल्याही काळातल्या साहित्यिकांत भवभूति एखाद-दुसराच असायचा! काबुली द्राक्षे विकणारा बागवान ऐटीने आपल्या दुकानात बसून राहतो, म्हणून करवंदे विकणारानेही तसेच वागावे, असे म्हणणे

कितीसे योग्य होईल? शिवाय भवभूतीच्या काळात आणि आजच्या काळात वाङ्मयाच्या रसग्रहणाच्या दृष्टीने एक मोठा फरक पडला आहे. भवभूतीच्या वेळी कलाकृती निर्माण करणारा लेखक आणि रसिक वाचक यांच्यामध्ये येणारी मंडळी फार थोडी असत. कुठल्याही पुस्तकाला एखादा-दुसराच टीकाकार मिळे आणि त्या टीकाकारालाही आपले मुख्य काम मधुमक्षिकेप्रमाणे रसग्रहणाचे आहे, याचा सहसा विसर पडत नसे. पण आजकालच्या वाङ्मयात कलानिर्मिती करणाऱ्या लेखकांपेक्षा तिची बरी-वाईट चिकित्सा करणाऱ्या टीकाकारांचा सुळसुळाट अधिक झाला आहे. दरिद्री देशातली लोकसंख्येची वाढ ही जशी त्याच्या दारिद्र्यात भर घालायला कारणीभूत होते, तशी या टीकाकारांमुळे रसिकतेची अनेकदा स्थिती होते. स्वतःला टीकाकार म्हणवून घेणारांपैकी अनेकांना आपले कूळ मधुमक्षिकेचे, का सुरवंटाचे याविषयी संभ्रमही उत्पन्न झालेला दिसतो. प्राचीन काळी वाङ्मयाला एखाद्या देवाच्या भव्य मंदिराचे स्वरूप होते. यंत्रयुगाच्या उत्कर्षाबरोबर ते लोप पावून तेथे गजबजलेला बाजार निर्माण झाला. आधुनिक टीकाकार हे आपोआपच या बाजारातले दलाल झाले आणि कुठल्यातही दलालांच्या कारवायांमुळे साध्या बाजारात हां, हां म्हणता काळ्या बाजाराची कळा येते, हा कटु अनुभव सध्या कुणाला येत नाही?

अलिकडील टीकाकारांमध्ये पंडितमन्यांप्रमाणे, खरेखुरे पंडितही असतात आणि आडदांड खाटकांप्रमाणे कुशल शस्त्रवैद्यही भेटतात. सध्याचे मराठी वाङ्मयही काही या नियमाला अपवाद नाही. पण असले रसिक व चिकित्सक टीकाकार प्रत्येक पुस्तकाच्या वाट्याला नेहमी कुठून येणार? वर्तमानपत्राच्या कचेरीतली किंवा एखाद्या कॉलेजातली खुर्ची योगायोगाने बसायला मिळाल्यामुळे विद्वत्ता आपल्या घरी पाणी भरीत आहे आणि रसिकता अहोरात्र आपले पाय चुरीत आहे, असा भ्रम झालेले थोडे-फार लब्धप्रतिष्ठित लोक टीकाकाराचा धंदा अधूनमधून करीत असतातच. त्यांचे अज्ञान, त्यांची अरसिकता, त्यांचे पूर्वग्रह, इत्यादिकांमुळे नव्या ललितकृतींचा विपर्यास होण्याचा संभव अनेकदा उत्पन्न होतो. तो नाहीसा करण्याचा योग्य मार्ग एकच आहे आणि तो म्हणजे लेखकाचे निवेदन!

तीन वर्षांपूर्वी 'पहिले प्रेम' वाचकांना सादर करताना हीच दृष्टी माझ्यापुढे होती. आज ही दुसरी आवृत्ती रसिकांच्या हातांत देताना पहिल्या प्रस्तावनेला पुर्णता आणण्याकरिता या कांदबरीवर जी खाजगी आणि जाहीर टीका झाली, तिचा परामर्श घेणे अनुचित होणार नाही, असे वाटल्यामुळे पुढील चार शब्द मी लिहीत आहे.

ही कादंबरी लिहिताना रचना व विषय या दोन्ही बाबतींत मी अनेक रूढ

संकेतांचा विचारपूर्वक भंग केला होता. एकाच वादग्रस्त विषयाचे निरनिराळे पैलू दिसावेत, म्हणून बाह्यत: स्वतंत्र वाटणाऱ्या काही गोष्टींतून एक सूत्रबद्ध कथानक निर्माण करण्याचा माझा हा प्रयत्न लोकांना कितपत आवडेल, याविषयी प्रथमत: मी थोडा साशंक होतो. पण उच्च ध्येयाची घोषणा करीत प्रत्येकावर उठल्यासुटल्या भुंकणे हाच ज्याचा स्वभावधर्म होऊन बसला आहे, असे एखादे साप्ताहिक सोडून दिले, तर इतरांनी कदाचित केवळ नावीन्य म्हणून असेल – या नव्या पद्धतीला मुळीच नाके मुरडली नाहीत! दोन महिन्यांपूर्वी मुंबईच्या 'कलम मंडळात' मी गेलो असताना, त्या संस्थेचे सदस्य असलेल्या काही गुर्जर लेखक बंधूंनी 'पहिले प्रेम' व 'जळलेला मोहर' यांच्या रचनेविषयी जे प्रशंसोद्गार काढले, त्यावरून विषयाला अनुरूप अशा नव्या-नव्या निवेदनपद्धतींचे प्रयोग कथालेखकांनी करीत राहणे आवश्यक आहे, अशी माझी खात्री झाली. या प्रयोगांतले अनेक अयशस्वी होतील. पण शास्त्रीय शोध काय किंवा वाङ्‌मयीन कला काय, उग्र दैवतेच असतात. अनेकांचा बळी घेतल्याशिवाय ती प्रसन्न होत नाहीत.

कथा आणि कांदबरी यांचे मिश्रण करण्याचा माझा प्रयोग रुचिपालट म्हणून का होईना वाचकांना आवडला, असे दिसले. मात्र त्यातूनच एक अनपेक्षित आक्षेपही उद्भवला. एका विद्वानांनी (कांदबरी वाचून का नुसतीच चाळून, हे मला ठाऊक नाही) आपले मत ठोकून दिले –

''या कादंबरीत कला कुठून असणार? 'पहिले प्रेम' हे शब्द शंभर वेळा हिच्यात आले असतील. छे:! हे नुसतं बोधवादी वाङ्‌मय आहे!''

हे उद्गार ऐकून मला एका नटवर्यांची आठवण झाली. 'एकच प्याला' नाटकाचे वाचन संपताच ते गडकऱ्यांना म्हणाले होते, 'मास्तर, फार आवडलं, बुवा, आम्हाला हे नाटक!' सदरहू गृहस्थ बुद्धीच्या दृष्टीने भांडवलदार वर्गात मोडत नाहीत, याची गडकऱ्यांना पूर्ण जाणीव होती. त्यांनी मिश्किलपणाने प्रश्न केला, 'काय आवडलं तुम्हाला?' नटवर्य उत्तरले, 'हे काय विचारता, मास्तर? प्रत्येक अंकाच्या शेवटी, 'एकच प्याला,' 'एकच प्याला' हे शब्द किती खुबीने तुम्ही घातले आहेत! वा, वा, वा!' ही स्तुती ऐकल्यावर गडकऱ्यांची काय स्थिती झाली, हे मला ठाऊक नाही. बहुधा त्यांनी मनातल्या मनात रामरक्षा म्हणायला सुरुवात केली असावी!

'पहिले प्रेम' मधील पहिल्या काही कथा आपापल्यापरी कादंबरीचे भाग असूनही अगदी स्वतंत्र वाटाव्यात, अशा पद्धतीने मी लिहिल्या असल्यामुळे आणि कुठलीही कथा परिणामकारक करण्याकरिता तिच्यातल्या मध्यवर्ती कल्पनेला प्राधान्य देणे भाग असल्यामुळे 'पहिले प्रेम' या शब्दांची कादंबरीत फार पुनरावृत्ती

झाली आहे, हे मलाही मान्य आहे. असली पुनरावृत्ती सूचकतेच्या सौंदर्याला मारक होण्याचा संभव असतो, हेही काही खोटे नाही. पण हे वैगुण्य कबूल केले, तरी त्यामुळे ही कादंबरी एकदम बोधवादी कशी ठरते, हे कोडे सोडविणे मात्र कठीण आहे.

जुन्या काळी केवळ आनंदवादी किंवा निव्वळ बोधवादी कथा–कादंबऱ्या निर्माण झाल्या असतील. पण आता ललितकथा नुसत्या रंजकतेने किंवा नुसत्या विचारप्रवर्तकतेने रसिकांचे पूर्ण समाधान करू शकत नाही. ज्यांच्यासाठी कादंबरी लिहिली जाते, ते जसे कलाजन्य आनंदाकरता तहानलेले असतात, तसे वैचारिक उद्बोधनाकरताही भुकेलेले असतात. त्यांची तहान-भूक नाहीशी करणाऱ्या कृतीत या दोन्ही गुणांचा संगम व्हायला हवा!

असा संगम 'पहिले प्रेम' मध्ये साधला नसला, तर प्रयागात मीलनानंतरही गंगा आणि यमुना यांच्या पाण्याची भिन्नता थोडा वेळ जाणवते असे म्हणतात; तसा अनुभव जर 'पहिले प्रेम' वाचताना वाचकाला येत असला, तर तो लेखकाच्या कलेचा मोठा दोष आहे. पण या दोषाची उदाहरणे देऊन दिग्दर्शन न करता राणा भीमदेवी पद्धतीने 'बोधवादी', 'बोधवादी' असा आक्रोश करून रूक्ष उपदेशाखेरीज या कादंबरीत दुसरे काही नाही, असे सूचित करणे हा वाङ्मयीन सत्याच्या दृष्टीने गुन्हा नाही का? पण छे:! तो गुन्हा कसा होणार? अज्ञानामुळे, मत्सरामुळे, अथवा अन्य कारणांमुळे किंवा कुणीही सत्याची केवढीही विकृती किंवा कितीही पायमल्ली केली तरी आजच्या वाङ्मयाच्या राजवटीत ती चालू शकते. मात्र सौंदर्याच्या संकेतात्मक कल्पनांनासुद्धा जरा कुठे कुणाचा धक्का बसला किंवा कुणी जाणूनबुजून ओरखडा काढला की, अनेकांचे जीव कासावीस होऊ लागतात. मनुष्य सुधारणेच्या कितीही गप्पा मारीत असला, तरी स्वभावत: तो सनातनी (conservative) आहे, हेच खरे! हा सनातनीपणा सामाजिक व्यवहारात दिसला, म्हणजे आपण हसून त्याची थट्टा करतो. पण तोच वाङ्मयात मिश्यांना कलप लावून मिरवू लागला की मार्मिक टीका म्हणून त्याची संभावना होऊ लागते.

'बोधवादी', 'बोधवादी' असा आरडाओरडा करून नव्या प्रकारच्या वाङ्मयाला धोपटू पाहणाऱ्या या लोकांचे खरे दुखणे निराळेच आहे. ह्यांना ललित वाङ्मयाचे फक्त स्वप्नाळू स्वरूपच आवडते – अगदी मनापासून तेवढेच त्यांना हवे असते. खऱ्याखुऱ्या कठोर जीवनाचा घटकाभर विसर पाडणे हाच असल्या वाङ्मयाचा आद्य हेतू मानून, ते कुठल्याही कलाकृतीकडे पाहत असतात. प्रेमरसाचीच गोडी काय ती अवीट असते, असे म्हणणाऱ्या या रसिकांची आनंदाची कल्पना सर्वस्पर्शी आहे, असे कोण म्हणू शकेल? वाङ्मयाचा

आस्वाद घेताना प्रणयकथेइतकीच करुण कथाही मन रमवू शकते आणि विनोदाइतकाच उद्‌बोधनाचाही आनंद रसिकांना अविस्मरणीय वाटतो. याविषयी अजूनही जी मंडळी सांशक आहेत, त्यांचे समाधान विधातासुद्धा करू शकणार नाही. मात्र कलात्मक सहेतुकता आणि धोपटमार्गी बोधवाद यांत काहीच अंतर नाही, अशी त्यांनी स्वत:ची कितीही सोईस्कर समजूत करून घेतली, तरी 'इब्सेन'पासून 'अप्टन सिंक्लेअर'पर्यंतच्या अनेक श्रेष्ठ साहित्यकारांचे वाङ्मय त्यांच्या संकुचित आनंदवादाचा फोलपणा सिद्ध करण्याला समर्थ आहे, हे त्यांनी विसरू नये.

'पहिले प्रेम' वर बोधवादाचा शिक्का मारणाऱ्या या विद्वानांच्या जोडीला एका विदुषींचाही उल्लेख करणे जरूर आहे. त्यांचा आक्षेप मात्र अगदीच निराळा होता.

जगात एवढे प्रचंड महायुद्ध सुरू असताना, नाना देशांतली निष्पाप नि निरपराधी बायकामुले युद्धाच्या ज्वालांनी होरपळून निघत असताना आणि उद्याचा दिवस कसा उजाडतो, या विवंचनेने कोट्यवधी साध्याभोळ्या जीवांची झोप उडून गेली असताना आपले लेखक मात्र 'पहिले प्रेम' सारख्या कादंबऱ्या लिहित बसले आहेत, याचे या बाईंना मनस्वी दु:ख झाले. लढाईच्या निमित्ताने आफ्रिकेत गेलेल्या एखाद्या शूर मराठा शिपायाची किंवा धंद्यासाठी ब्रह्मदेशात जाऊन तिथे स्थिर झालेल्या एखाद्या कर्तबगार महाराष्ट्रीयाची जीवनकथा या दिवसांत लिहिता आली असती, तर मलासुद्धा त्या लेखनाचा अधिक आनंद झाला असता. पण कल्पनेने का होईना, समरस होऊन जी अनुभूती लेखक उत्कटत्वाने घेऊ शकतो, तिचेच चित्रण करावेसे त्याला वाटते – तेच त्याला साधण्याची शक्यता असते. फुलपाखरांनी उगीचच गरुडभरारीचा आव आणण्यात अर्थ नसतो. युद्धाच्या पार्श्वभूमीवरला आजकालचा जिंवत सामाजिक इतिहास कथारूपाने मांडण्याचे सामर्थ्य नसल्यामुळे 'पहिले प्रेम' सारख्या विषयाचे मी १९४० साली चित्रण केले. मात्र मशारनिल्हे विदुषींना वाटतो, त्यापेक्षा हा विषय सामाजिकदृष्ट्या अधिक महत्त्वाचा आहे. लढाई सुरू झाली, म्हणून काही कुठल्याही देशातल्या माणसांचे दैनंदिन व्यवहार थांबत नाहीत. तिकडे लढाईत जेवढी माणसे पडत नसतील, तेवढी इकडे प्रेमात पडत असतात! वारंवार होणाऱ्या बॉंबहल्ल्यांनी आसपासची माणसे दगावत असली तरी घरोघर नवे जीव जन्माला येत असतातच. बाहेर तोफांचा गडगडाट सुरू आहे, म्हणून आत आपल्या छकुल्याला निजविणारी आई त्याचे पापे घेतल्याशिवाय आणि ते घेताना त्या ब्रह्मानंदात निमग्न झाल्याशिवाय थोडीच राहणार आहे? युद्ध हे एका दृष्टीने मरणाचे निमंत्रण आहे, हे कुणाला कळत नाही? मृत्यू दारात

येऊन उभा राहिला, म्हणजे जीवनाने क्षणभर भांबावून जावे, यातही अस्वाभाविक असे काहीच नाही. पण मानवी संसार म्हणजे मरणावर मात करण्याकरता जीवनाचा चाललेला अट्टाहास – निसर्गाच्या विध्वंसक वृत्तीवर विजय मिळविण्याकरीता मनुष्याची बुद्धी आणि भावना यांची अव्याहत चालू असलेली धडपड! निसर्गाच्या निर्दयपणाऐवजी मनुष्याच्या राक्षसी वृत्तीशी टक्कर द्यायची पाळी आली, म्हणून काही हा पराक्रमी आशावाद हात जोडून स्वस्थ बसत नाही. मृत्यू आकाशात अग्निवर्षाव करीत असला, तरी या संसाराच्या बागेत प्रणयाच्या कळ्या उमलल्याशिवाय राहत नाहीत, वात्सल्याची फुले फुलायची थांबत नाहीत आणि भक्तीच्या मंजऱ्या वायुलहरींबरोबर गीत गाताना मधेच अडखळतही नाहीत. मग याच संसारातल्या एखाद्या चटका लावणाऱ्या व्यक्तींचे, घटनेचे अथवा त्याच्या चिंतनातून स्फुरणाऱ्या विषयाचे चित्रण चटका लावणाऱ्या व्यक्तींचे, घटनेचे अथवा त्याच्या चिंतनातून स्फुरणाऱ्या विषयाचे चित्रण ललितलेखकाने केले, तर त्यात 'अब्रह्मण्यम्' अशी आरोळी ठोकण्यासारखे काय आहे? भोवतालच्या जीवनाची तरळती अथवा पुसट प्रतिबिंबे पाहून त्यात कल्पनेने रंग भरीत बसणाऱ्या, आत्मनिष्ठ ललित लेखकांची गोष्ट तर सोडूनच द्या. महायुद्धाच्या ढगांचा गडगडात जोरजोराने ऐकू येत असताना अंगीकारलेले सामाजिक कार्य सोडून पस्तिशीत आणि चाळिशीत विवाहबद्ध होणाऱ्या आणि या नव्या घरट्यातल्या सुखाच्या उबेत गुंग होऊन जाणाऱ्या विदुषी काय आजच्या समाजात आढळत नाहीत? हा मनुष्यस्वभावच आहे! त्याला काय करायचे?

वर उल्लेखिलेल्या प्रकारचे आक्षेप अनेकदा घेतले जातात, म्हणूनच त्यांचे निरसन करायचे! पण असल्या सर्व आक्षेपांकडे काणाडोळा केला, तरी विशीच्या आतल्या तरुण-तरुणींपासूनच चाळीशी उलटलेल्या प्रौढ स्त्रीपुरुषांपर्यंत अनेकांनी 'पहिले प्रेम' वाचून जी कुरकुर केली, तिच्याकडे दुर्लक्ष करणे मात्र योग्य होणार नाही. या सर्वांची तक्रार एकच आहे – 'तुमची कादंबरी आम्ही दोन-दोनदा, तीन-तीनदा वाचली. ती वाचताना पहिले प्रेम स्वप्नाळू आहे अशी मनाची खात्री होते, हे खरे; पण पुस्तक खाली ठेवून आयुष्यातल्या अनुभवांचा आम्ही विचार करू लागलो की, तुमचे प्रतिपादन पटेनासे होते. तरुणांनी प्रेमनिराशेमुळे अंत:करणात पेटलेल्या आगीत पिचत राहू नये. तसेच पुढे त्या धुमसणाऱ्या निखाऱ्यांत त्यांच्या कर्तृत्वाची राखरांगोळी होऊन जाऊ नये, म्हणून तुम्ही वकिली कौशल्य लढवून पहिल्या प्रेमाच्या विरुद्ध जय्यत पुरावा तयार केला आहे. पण वकील लोक साक्षीदारांना कसे पढवितात आणि कोर्टात येणारे पुरावे कसे तयार होतात, हे साऱ्या जगाला ठाऊक आहे. आम्हाला असले वकिलीने सजविलेले सत्य नको. जीवनात पदोपदी अनुभवाला येणारे

सत्य हवे! ते सत्य हेच म्हणेल – 'पहिले प्रेम. त्याचा माणसाला कधीच विसर पडत नाही. त्याची सर आयुष्यातला दुसऱ्या कुठल्याही प्रेमाला येणार नाही.' अमृताच्या पेल्यात सरबत घालून तुम्ही आम्हाला ते अमृत म्हणून प्यायला सांगू नका.'

या तक्रारीविषयी मी अनेकदा विचार केला. मला वाटते, पहिल्या प्रेमाचे जे सत्यस्वरूप मला दिसल, तेच या कादंबरीत चित्रित करण्याचा मी प्रयत्न केला आहे. त्या चित्रणात वकिली कावा मुळीच नाही. मात्र ही तक्रार करणाऱ्या आक्षेपकांच्या मनात यौवनसुलभ असे बरेच काव्य आहे, काव्यातच मला उत्तर द्यायचे झाले, तर 'प्रेमाखातर' या गडकऱ्यांच्या कवितेतील शब्दांत ते उद्‌गारतील :

'प्रेमें बोलें, प्रेमें डोलें, प्रेमें जग हालें,
प्रेमाखातर जगीं आजवर काय नाहिं झालें?'

गडकऱ्यांचे हे प्रेमस्तोत्र फार गोड आहे, ह्यात मुळीच शंका नाही. पण या कवितेला त्यांनी जो प्रास्ताविक मजकूर जोडला आहे, तो 'पहिले प्रेम'वाल्यांपैकी बहुतेकांनी वाचला नसावा! गडकरी म्हणतात, 'प्रेमनिराशेमुळे हेतुशून्य व हताश झालेल्या मनुष्याला पुन्हा प्रेमाचा आधार सापडला, म्हणजे नवा जीव लाभतो!'

'पहिले प्रेम' वरच्या खटल्यात त्याच्या बाजूने येणारा गडकऱ्यांसारखा महत्त्वाचा साक्षीदार, एखाद्या ठिकाणी का होईना, जे सत्य सहज सांगून जातो, ते लोकांच्या लक्षात येत नाही. उलट, काव्यगुणांमुळे रंगलेल्या आणि त्यामुळे बुद्धीला गुदगुल्या करणाऱ्या व भावनेचा ठाव घेणाऱ्या त्यांच्या ज्या कविता असतात, त्याच कवीचे खरेखुरे हृद्‌गत व्यक्त करतात, असा ग्रह बळावत जातो. उदाहरणार्थ, गडकऱ्यांची अतिशय उत्कृष्ट अशी प्रेमकविता कुठली, असा कुणाही तरुणाला (अर्थात वाग्वैजयंती वाचलेल्या) प्रश्न केला, तर तो 'प्रेमाखातर' या कवितेचा मुळीच उल्लेख करणार नाही. क्षणाचा विचाार न करता 'प्रेम आणि मरण' या कवितेचेच नाव तो घेईल. रसिक मनाला पुलकित करणाऱ्या अनेक रम्य आणि अद्‌भुत कल्पनांनी ही सुंदर कविता नटलेली आहे. तरल कल्पनेचा मनोज्ञ विलास म्हणून या काव्याचे कुणीही कौतुक करील. पण प्रेमाचे तत्त्वज्ञान – आयुष्यात अनुभवाला येणारे प्रेमाचे चित्रण म्हणून त्यांच्याकडे तरुणांनी पाहणे ही फार मोठी चूक आहे. पहिल्यांदाच प्रेमात पडलेल्या अननुभवी भावनेला किंवा प्रेमभंगाच्या भोवऱ्यातून पोहून बाहेर येण्याची शक्ती नसलेल्या दुबळ्या बुद्धीला काव्य आणि तत्त्वज्ञान यांतला फरक सहसा कळू शकत नाही. गडकऱ्यांनी वृक्ष आणि वीज यांच्या अद्‌भुतरम्य प्रेमकथेचा जो कल्पकतापूर्ण विस्तार केला आहे, त्यातली ओळन् ओळ आपल्या जीवनाला लागू पडते, असा या हळव्या लोकांना भास होऊ लागतो. पहिले

प्रेम हे अनेकदा प्रथमदर्शनी उत्पन्न झालेले आकर्षण असते. हे आकर्षण पहिलेपणामुळे विलक्षण उन्मादकारक वाटते. प्रेमाची मद्याशी तुलना करणाऱ्या पंडिताला दोघांचाही प्रथम परिचय मनुष्याला बेहोश करून सोडतो, हेच सुचवायचे होते की काय, कुणाला ठाऊक! पण पहिल्या प्रेमाचा तरुण मनावर अगदी दारूच्या पहिल्या पेल्यासारखा परिणाम होतो. प्रेमाशिवाय त्याला दुसरे काही रुचत नाही आणि सुचतही नाही. या उन्मादातच पुस्तकातले किडे असलेल्या विद्यार्थ्यांनी पुस्तकाच्या पानावरून आपल्या प्रेयसीची मूर्ती एखाद्या फुलपाखराप्रमाणे भ्रमत असलेली दिसते. कवितेकडे जन्मात ढुंकून न पाहणाऱ्या तरुणांच्या मनात राजापूरच्या गंगेप्रमाणे काव्याचा अचानक उद्भव होतो, तो याच वेळी आणि प्रियकरणीची प्राप्ती होईपर्यंत लग्न न करण्याची भीष्मप्रतिज्ञा तर या धुंदीत सारेच करून जातात. या सर्वांना 'प्रेम आणि मरण' या कवितेतला प्रत्येक रसाळ चरण म्हणजे आपल्या नाजूक भावनांचे मधुर चित्रण आहे, असेच वाटत असते! अहाहा! ते पहिल्याच भेटीत – छे:! पहिल्याच दृष्टिभेटीत निर्माण झालेले सूक्ष्म पण मधुर भाव! गडकऱ्यांनी किती सुंदर रीतीने ती भावना वर्णन केली आहे.

'कोणत्या मुहूर्तावरतीं
मेघांत वीज लखलखीत, नाचली
त्या क्षणीं, त्याचिया मनीं, तरंगति झणीं
गोड तरि जहरी, प्रीतीच्या नवथर लहरी, न कळतां.'

'गोड तरि जहरी' हा शब्दसमूह तर या प्रेमिकांच्या अंगावर रोमांच उभे करतो. पुढचे वर्णनही आपल्याला पूर्णपणे लागू आहे, अशी त्यांची मनोमन खात्री झालेली असते.

'तो ठसा मनावर ठसला
तो घाव जिव्हारीं बसला – प्रीतिचा
वेड पुरें लावी त्याला
गगनांतिल चंचल बाला, त्यावरी
जातिधर्म त्याचा सुटला,
संबंध जगाशीं तुटला, त्यापुढे'

या ओळी गुणगुणत हे प्रेमिक आपले प्रेममंदिर उभारू लागतात. या मंदिराला गरीब-श्रीमंत, हिंदू-मुसलमान, चंचल-अचल असला भेदभाव दर्शविणाऱ्या शब्दांचा वारासुद्धा कधी शिवत नाही. या दिव्य मंदिरात आपण व आपली प्रियतमा एक नवा स्वर्ग निर्माण करू, अशा सुखस्वप्नात ते गुंग होऊन जातात. पण लवकरच त्यांना त्या स्वप्नातून जागे व्हावे लागते. प्रेमाच्या

मार्गावर पारिजातकाच्या पायघड्या कधीच पसरलेल्या नसतात; उलट काटेरी तारा व निवडुंगाचे फड यांनीच तो व्यापलेला असतो, याची त्या स्वप्नाळू तंद्रीतही या प्रेमी जिवांना जाणीव होते. काही तरी आपल्या प्रेमपूर्तीच्या आड आहे, कुणी तरी आपली प्रेमपूर्ती दुरावून किंवा हिरावून नेत आहे, एवढी अस्पष्ट कल्पना येताच ते लहान मुलाप्रमाणे व्याकूळ होऊन आक्रंदू लागतात. मग गडकऱ्यांच्या पुढील ओळी त्यांना पुरेपूर पटाव्यात, यात नवल कसले?

'तो योग, खरा हटयोग, प्रीतिचा रोग
लागला ज्याला, लागतें जगावें त्याला, हें असें

गडकऱ्यांनी केवळ यमकाकरताच प्रीतीची रोगाशी तुलना केली, अशी समजूत करून घेत हे हटयोगी उसासे सोडीत गुणगुणू लागतात –

'इश्काचा जहरी प्याला
नशिबाला ज्याच्या आला, हा असा
टोंकाविण चालू मरणें
तें त्याचें होतें जगणें, सारखें
हृदयाला फसवुनि हंसणें
जीवाला न कळत जगणें, वरिवरि
पटत ना, जगीं जगपणा, त्याचिया मना
भाव त्या टाकी, देवांतुनि दगडचि बाकी, राहतो'

अशा स्थितीत कीर्ती, वैभव, मोठेपणा इत्यादी गोष्टी त्यांना क:पदार्थ वाटू लागतात, ते फक्त एकच मागणे मागू लागतात –

'क्षण एक पुरे प्रेमाचा
वर्षाव घडो मरणांचा, मग पुढें!'

या दोन ओळी म्हणजे पहिल्या प्रेमाच्या पाइकाची 'गीता'च आहे. त्या वृक्षाने प्रेमाच्या एका क्षणाचा लाभ व्हावा, म्हणून मरणाचा हसतमुखाने स्वीकार केला! प्रणयी जीव स्वत:शीच उद्‌गारतात,

'किती उच्च, किती उदात्त; किती दिव्य आहे ही प्रेमाची कल्पना!'

'प्रेम आणि मरण' ही माझीसुद्धा आवडती कविता आहे; तिच्यात जशी कल्पनेची कोमलता आहे, तशी रसाची मोहकताही आहे. पण प्रेमाच्या, विशेषत: पहिल्या प्रेमाच्या दिव्यतेचे दर्शन तिच्यात होते, असे मात्र मला वाटत नाही. काव्य जीवनातले उपेक्षित किंवा दुर्लक्षित सौंदर्य फुलवून दाखविते. पण जीवनातले संपूर्ण सत्य सहसा प्रतिबिंबित होत नाही. काव्यातून, विनोदातून किंबहुना कुठल्याही लालित्यप्रधान कृतीतून सूचित होणारे सत्य हे शास्त्रीय सत्याहून अंशत: तरी भिन्न असतेच असते. भावनेचा उत्कट विलास हा ललितवाङ्‌मयाचा आत्मा

आहे. त्यामुळे हिवाळ्यात पहाटे पानाफुलांवर पडलेले दवबिंदू कितीही नाजूक हाताने उचलू लागले, तरी जसे त्यांचे क्षणार्धात पाणी झाल्याशिवाय राहत नाही, तशीच तर्ककर्कश बुद्धी आपल्या बळावर ललितकृती निर्माण करू लागली, तर तिला त्यात अपयशच पदरी घ्यावे लागेल. उलट, ललितलेखक भावनांच्या आहारी जाऊन त्या धुंदीत जे चित्रण करतात, त्यातून व्यक्त होणारे जीवनविषयक तत्त्वज्ञान हे अनेकदा अर्धसत्याच्या स्वरूपाचे असते. सध्याच्या उपासमारीच्या काळात मुळीच भाकरी न मिळण्यापेक्षा अर्धी भाकरीसुद्धा बरी, हे जरी खरे असले तरी आजच्या वैचारिक संक्रमणकाळात कुठलेही अर्धसत्य असत्यापेक्षाही अधिक घातक आहे, हे मात्र विसरून चालणार नाही.

त्या दृष्टीने 'प्रेम आणि मरण' या कवितेतले सर्व काव्य बाजूला ठेवून, गडकऱ्यांना जीवनाचा कुठला खोल अनुभव या गीतात चित्रित करायचा होता, हे पाहिल्यास काय दिसते?

आभाळात वीज लखलखली – मैदानातल्या वृक्षाला तिचा मोह पडला, तो साऱ्या जगाला विसरून गेला! आकाशातल्या त्या चंचल अप्सरेचा त्याने ध्यास घेतला. ती 'जीविंच्या जिवाची बाला' एकदा तरी भेटावी – तिच्या उन्मादक स्पर्शाचे अननुभूत सुख – क्षणभर का होईना आपल्याला मिळावे, यासाठी तो झुरू लागला. हे सारे वर्णन कितीही गोड वाटले, तरी त्या वृक्षाची प्रीतिसाफल्याची कल्पना स्पर्शसुखात सामावलेली होती, हाच निष्कर्ष या चित्रणातून सूचित होत नाही काय? 'पहिले चुंबन' या कवितेत 'निशिदिनीं! वाटतें मनीं, नित्य जन्मुनी मरण सोसावें, परि पहिलें चुंबन घ्यावें' या ओळींत व्यक्त झालेली कल्पनाच 'प्रेम आणि मरण' गीतात अद्‌भुतरम्य कल्पकतेने आणि हृदयस्पर्शी भावनेने फुलवून गडकऱ्यांनी मांडली. ती मांडतानासुद्धा त्यांचा दृष्टिकोन वास्तव नव्हता. तो मुख्यतः कल्पनारम्य होता. दीपज्योतीवर झडप घालून जळून जाणारा पतंग हे त्यांच्या दृष्टीने प्रीतीचे प्रतीकच होते, पण वृक्ष आणि वीज यांची प्रेमकथा सांगताना प्रीतीच्या दाहकतेकडे दुर्लक्ष करून मोहकतेचेच तेवढे चित्रण त्यांनी केले. कडकडणारी वीज नुसती चाटून गेली, तरी ताठ मान करून आकाशाकडे डौलाने पाहणाऱ्या ताडामाडांचा लोळागोळा होतो, ही गोष्ट काय त्यांना ठाऊक नव्हती? पण लहान मुलांना गुंगविणाऱ्या पऱ्यांच्या गोष्टी काय किंवा तरुणांना धुंद करणाऱ्या कल्पनारम्य काव्यकथा काय – दोन्हींचाही अवास्तवाकडेच अधिक कल असतो. म्हणून गडकऱ्यांनी त्या पडणाऱ्या वृक्षाचे वर्णन असे केले आहे :

'दुभंगून खालीं पडला
परि पडतां पडतां हंसला एकदां

हर्षाच्या येउनि लहरी,
फडफडुनि पानें सारीं, हांसलीं
त्या कळ्या सर्वही फुलल्या
खुलल्या, त्या कायम खुलल्या, अजुनिही'

काव्यदृष्ट्या यात अनुचित असे काहीच नाही. पण काव्य आणि जीवन यांची सीमारेषा विसरून तरुणांची स्वप्नाळू मने किंवा प्रौढींची दुबळी हृदये पहिल्या प्रेमाच्या दिव्यत्वाचे, श्रेष्ठत्वाचे आणि अमरत्वाचे पोवाडे गाऊ लागतात, तेव्हा ती मधली सूक्ष्म परंतु महत्त्वाची रेषा सर्वांच्या नजरेत भरेल, इतकी मोठी करून दाखवावी लागते. रोमिओ आणि ज्युलिएट यांची कथा मिटक्या मारीत वाचणाऱ्या लोकांपैकी कित्येकांना ज्युलिएट ही रोमिओची पहिली प्रेयसी नव्हती, याचे स्मरण राहते? वस्तुस्थिती अशी आहे की, रोमिओचे एका सुंदर तरुणीवर प्रेम बसले होते. तिने त्याच्या प्रेमाचा स्वीकार न केल्यामुळे तो दुःखी होता; अशा उद्विग्न मनःस्थितीत मित्राच्या आग्रहावरून ज्युलिएटच्या घरी नाचाला गेल्यावर तिथे ती त्याच्या दृष्टीला पडते आणि क्षणार्धात पहिल्या प्रेमभंगाचे दुःख विसरून तो या दुसऱ्या हृदयदेवतेची पूजा करू लागतो!

अशा रीतीने, प्राचीन आणि अर्वाचीन काव्यकथांतली विविध उदाहरणे घेऊन या प्रश्नाची चर्चा करणे कितीही मनोरंजक असले, तरी युद्धाचे निकाल सेनापतीच्या हातांतल्या नकाशावर लागत नाहीत, ते रणभूमीवरच निश्चित होतात, हे लक्षात ठेवले पाहिजे. कवी, प्रेमिक आणि वेडे यांची जात एकच असते, ही नुसती चाटूक्ती नाही! जितकी कटु, तितकीच सत्य असलेली उक्ती आहे ती! आणि म्हणूनच पहिल्या प्रेमाच्या सत्यस्वरूपाचा विचार करताना कविकल्पनेचा आधार घेण्यात फारसा अर्थ नाही. उंदराला मांजर साक्षी अशातलाच प्रकार होईल तो! अव्याज बालपण मागे टाकून मुलेमुली यौवनाच्या मंदिरात प्रवेश करतात, तेव्हा प्रीतीच्या मोहक मूर्तीचे दर्शन घेण्याची विलक्षण उत्कंठा निसर्गतः त्यांच्या मनात उत्पन्न होते. पण ती मूर्ती तर सात पडद्यांआड लपलेली असते. तिला वाहिलेल्या फुलांचा सुगंध त्यांना धुंद करतो. तिच्या मधुर स्तोत्रांचे निनाद त्यांना गोड हुरहूर लावतात. पण तिची मूर्ती काही केल्या त्यांच्या दृष्टीला पडत नाही. प्रणयाचा आणि प्रणयगीतांचा उगम या रम्य दूरत्वातच असतो. मधल्या तीव्र अंतरामुळेच त्यांच्यात एक अवीट गोडी निर्माण होते. आपल्या सामाजिक व्यवहारातही स्त्री-पुरुष एकमेकांपासून अलिप्तच राहत असल्यामुळे हे अंतर अंशतःसुद्धा नाहीसे होऊ शकत नाही. त्यामुळे निसर्गाच्या प्रेरणेने निर्माण झालेल्या प्रणयभावनेचे पोषण आपल्याकडे बहुधा काव्यकल्पनांवरच होते. 'बघसी अंत किती, राजसे?' ही कविता दत्तांनी काव्यदेवतेला उद्देशून

लिहिली असेल. पण ती एकदा वाचल्यावर तिच्यातल्या काही ओळी – तिचे अक्कडकडवे – पुन:पुन्हा गुणगुणण्याशिवाय व ही हृदयदेवतेची गोडगोड आळवणी आहे, अशी समजूत करून घेतल्याशिवाय तरुण मनाला चैनच पडत नाही! दुष्प्राप्य अशा प्रेमदेवतेला आळवण्याचा हा आनंद आभासात्मक आहे, हे कळण्याचे वयच नसते ते! 'निर्झर नदीला मिळतात, नदी सागराला मिळते. मग तुझं माझं मीलन का बरं होत नाही?' असले कल्पनारंजित उद्‌गार प्रेमाचे तत्त्वज्ञान म्हणून तरुण-तरुणी नि:शंकपणे स्वीकारतात, याचे तरी दुसरे काय कारण आहे? 'फुलराणी' मध्ये बालकवींनी एका कलिकेचा विकास भावमधूर शैलीने वर्णन केला असला तरी ती कविता वाचून वेड्या होणाऱ्या तरुण मनाला कवीच्या प्रतिभेपेक्षा 'प्रणयचंचला त्या भ्रूलीला, अवगत नव्हत्या कुमारिकेला', 'हळुंच मागुन आलें कोण? कुणा कुणा दे चुंबनदान!' असल्या ओळींचाच अधिक मोह पडतो!' 'Our sweetest songs are those that sing of saddest thought.' ही शेलेची ओळसुद्धा या वयात विलक्षण काव्यमय वाटते! तसे पाहिले, तर विशीतल्या तरुण-तरुणींना आयुष्यातल्या खऱ्याखुऱ्या दु:खांची झळ बहुधा पोहोचलेली नसते. पण यौवनसुलभ प्रणयकल्पनांना आलेला बहर व प्रत्यक्ष प्रणयाची दुष्प्राप्यता यांच्यामुळे आपली दु:खे हीच त्यांना जगातली मोठी दु:खे वाटतात – त्यांच्याविषयीची गाणी गाण्यात आणि ऐकण्यात त्यांचे भान हरपून जाते. 'पहिले प्रेम' आयुष्यात त्यांना भेटते, तेही बहुधा अशाच वेळी!

महाराष्ट्रात प्रीतिविवाहाचा जोरदार पुरस्कार प्रथम आगरकरांनी केला. बालविवाहाचे वैयक्तिक आणि सामाजिक दुष्परिणाम त्यांना ढळढळीत दिसत होते. इंग्लिश वाङ्मयातून आणि इंग्रजांच्या जीवनातून व्यक्त होणारे प्रौढ विवाहाचे उज्ज्वल स्वरूप त्यांचे डोळे दिपवीत होते; आणि प्रौढविवाह हा प्रीतिविवाहच असला पाहिजे, ही गोष्ट तर सूर्यप्रकाशाइतकी स्पष्ट होती. पत्रिका जुळण्यापेक्षा मने जुळल्याने पतिपत्नी सुखी होऊ शकतात, देव-ब्राह्मणांच्या साक्षीपेक्षा ज्यांना एकत्र नांदावयाचे आहे, त्यांच्या अंत:करणाची साक्षच या बाबतीत अधिक महत्त्वाची आहे. या कल्पनांनी प्रेरित होऊन त्यांनी जे प्रतिपादन केले, त्यात तत्त्वत: कुठलीच चूक नव्हती. पण तत्त्वे ही तयार कपड्यांची असतात. हे कपडे दुरून अंगाला अगदी बरोबर बसतील, असे वाटते. पण ते प्रत्यक्ष घालून पाहिल्यावर आपला अंदाज चुकला होता. या कपड्यांत आपण भोंगळ दिसतो, असा अनेकदा अनुभव येतो. प्रेमविवाहाची महाराष्ट्रात थोडीशी अशीच स्थिती झाली. समाजाचे विचार आणि आचार यांच्यांत नेहमीच दोन पिढ्यांचे अंतर असल्यामुळे मागून आलेल्या लेखकांनी तरी आपल्या वाङ्मयातून

प्रेमविवाहाचा मोठ्या हिरिरीने कैवार घेतला, तरी त्याचे यथार्थ चित्र काढणे त्यांना अशक्यच होते. किंबहुना सुशिक्षित पती व अशिक्षित पत्नी, रसिक नवरा आणि अरसिक बायको अशीच त्या पिढीत सांगड पडल्यामुळे वैवाहिक असंतोषाने धुमसावे आणि त्यामुळे प्रेमाचे पदोपदी जयजयकार करावा, अशी या काळातल्या कविवृत्तीच्या सर्व लेखकांची प्रवृत्ती होती. कोल्हटकर- गडकऱ्यांची नाटके आणि गोविंदाग्रज – रेंदाळकर – बालकवीप्रभृति कवींच्या कविता यांतून चित्रित झालेले प्रेम रम्य, त्यागी, उदात्त किंबहुना थोडेसे अपार्थिव आहे, असा जो भास होतो, त्याचे बीज या परिस्थितीत आहे. ही सर्व कविमने एकोणिसाव्या शतकातल्या कीट्स – शेले सारख्या कवींच्या काव्यावर, इंग्लिश वाङ्मयाच्या वाचनानंतर व समाजातल्या दाम्पत्यांच्या सुखी जीवनाची जी स्वप्ने त्यांना पडत असत, त्या स्वप्नांवर पोसलेली होती. अमूर्त प्रेमाच्या दिव्यत्वाचे आणि श्रेष्ठत्वाचे पोवाडे गाण्याचाच काळ होता तो! यानंतरच्या पिढीतच प्रेमविवाह शक्यतेच्या कोटीत उतरू लागला. त्या वेळच्या रविकिरण मंडळाची प्रेमगीते किंवा फडक्यांच्या प्रणयकथा यांच्यांत सामाजिक, चिकित्सक किंवा पूर्ण वास्तव असा दृष्टिकोन आढळत नसला, तरी स्त्री-पुरुषांच्या प्रेमाभोवती मागच्या पिढीने चित्रित केलेले दिव्य वलयही त्यात दिसत नाही. मात्र या वाङ्मय निर्मात्यांपैकी बहुतेकांच्या व्यक्तित्वाचा कल्पनारम्यत्व हाच विशेष असल्यामुळे प्रेमात ते तरुणांचे मार्गदर्शन करू शकले नाहीत. अर्थातच त्यांची पदोपदी होणारी दिशाभूलही ते टाळू शकले नाहीत. मागच्या महायुद्धापासून मध्यम वर्गाच्या जीवनाचा पायाच खचू लागला आहे. आर्थिक दुःस्थितीमुळे त्यातल्या तरुण मनाची चारी बाजूंनी कुचंबणा होत आहे. अशा वेळी त्यांचे लक्ष प्रेमासारख्या आत्मनिष्ठ भावनेत केंद्रित करणे अनिष्ट होईल, ही कल्पनाच या साहित्यिकांना शिवली नसावी. ते स्वच्छंदाने आपल्या कलाकृती निर्माण करीत होते आणि त्यांतल्या अवास्तव पण उन्मादक प्रणयवर्णनांचा रंग घेऊन तरुण-तरुणी आपल्या भावी आयुष्याची चित्रे रंगवीत होती. 'पहिले प्रेम' हा शब्दप्रयोग रूढ होण्यासारख्या घटना या वेळी घडून येऊ लागल्या. पण प्रणयाच्या स्वप्नरंजनात गुंग झालेल्या लोकांना या नव्या विकृतीचे फक्त काव्यात्मक स्वरूप तेवढे त्या वेळी दिसले.

प्रेम – विशेषतः पहिले प्रेम – हा एक रोग आहे, असे म्हणण्यापर्यंत कित्येक विद्वानांची मजल गेली आहे. रोग या शब्दाने मनुष्य बिचकतो, हे खरे! पण लहान मुलांना केव्हा ना केव्हा जसा गोवर येतोच येतो, तसा तरुण वयात 'पहिल्या प्रेमाचा' कटु अनुभवही अनेकांना घ्यावा लागतो! समाजातली विवाहाची वयोमर्यादा सध्याच्या महागाईप्रमाणे भराभर वाढली! बदलल्या सामाजिक जीवनामुळे तरुण-तरुणींचा वारंवार परिचय सहजासहजी होऊ लागला. पण

स्नेह अथवा सहवास यांचे सुख किंवा त्यामुळे होणारे स्वभावाचे ज्ञान यांचा मात्र त्यांना लाभ झाला नाही. शाळा-कॉलेजांत, चित्रपटगृहात, सार्वजनिक उद्यानात आणि दिखाऊ समारंभात दिसून येणाऱ्या एक प्रकारच्या कृत्रिम समतेने तरुण-तरुणींचे आपले प्रेम सफल व्हायला काही प्रत्यवाय नाही, असा भास मात्र हल्ली पदोपदी होतो. पण जातिभेद, धर्मभेद, वर्गभेद इत्यादी शृंखलांनी जखडलेले आपण दोन कैदी आहोत, ही जाणीव झाली की, त्यांच्या सर्व सुखस्वप्नांचा क्षणार्धात चुराडा होऊन जातो. हळव्या जिवांना हा आशाभंग सहन होत नाही. किती तरी तरुण-तरुणींच्या हृदयांत पहिल्या प्रेमनिराशेचे शल्य दीर्घकालपर्यंत सलत राहते. गुलाबाच्या सुंदर झाडाला कीड लागल्यासारखी त्यांच्या आयुष्याची स्थिती होते.

असे होणे अस्वाभाविक आहे, विशिष्ट वाङ्मयीन आणि सामाजिक संस्कारांत वाढलेल्या आणि महत्त्वाकांक्षांचा कोंडमारा झाल्यामुळे वैयक्तिक जीवनात सुखसर्वस्व शोधू पाहणाऱ्या मध्यम वर्गात गेल्या पंचवीस वर्षांत हळूहळू वाढत आलेली ही विकृती आहे, एवढेच मला या कादंबरीत सुचवायचे आहे. स्त्री-पुरुषांमधले प्रेम हे क्वचितच निव्वळ भावनात्मक असते. वासना आणि भावना या दोन्हींतून त्याचा उगम असतो. कुठलीही अतृप्त वासना ही दुखावलेल्या अहंकाराचे स्वरूप धारण करते. दुसऱ्या तरुणीशी लग्न करून चार मुलेबाळे झाल्यानंतरही आपण पहिल्या प्रेयसीला विसरू शकत नाही, असे सांगणाऱ्यांच्या मनात या दृष्टीने डोकावून पाहणे जरूर आहे! प्रेम ही दैवी गोष्ट आहे, ते जन्मोजन्मीच्या गाठी बांधीत असते, इत्यादी जुन्या आध्यात्मिक कल्पनाही, 'पहिले प्रेम चिरंतन असते' या समजुतीला नकळत पोषक होत असतात. जे हाताचे गमावले, त्याबद्दल माणसाला हुरहुर नि हळहळ वाटावी आणि जे हातात आहे, त्याचे योग्य मोल मात्र त्याला करता येऊ नये, हा निसर्गाचा मनुष्याला एक प्रकारचा शापच आहे. लेखक म्हणून कीर्ती मिळवलेल्या मनुष्याला आपल्या एखाद्या बालमित्राची सांपत्तिक सुस्थिती पाहून स्वत:च्या स्थितीविषयी विशाद वाटावा आणि उलट, त्या मित्राने स्वत:च्या वैभवापेक्षा त्या लेखकाच्या कीर्तीचेच महत्त्व अधिक मानावे, असे होत नाही काय? पहिल्या प्रेमाच्या बाबतीतही तेच घडते. जे जीवनातल्या नवीन अनुभूतीच्या दृष्टीने पहिले असते, स्वत:ला मिळलेले नसते, त्यांच्या भोवती एक प्रकारचे यौवनरंजित स्मृतींचे मोहक धुके पसरलेले असते, म्हणूनच ते अनेकांना अद्वितीय वाटते. पण काव्यातच आढळणाऱ्या तरल भावना आणि सुंदर कल्पना यांच्या पायावर सुखी जीवनाचे मंदिर सामान्य मनुष्य कधीच उभारू शकत नाही. मृगजल पाहून धावत सुटणाऱ्या हरिणीला आसपासचे लहान-सहान पण निर्मळ जलाशय

दिसतच नाहीत! पहिल्या प्रेमात पडलेल्या तरुण मनांचीही अशीच स्थिती होते. अशा मंडळींना मननाकरिता एका शास्त्रज्ञाचा पुढील उतारा बस्स होईल, असे मला वाटते. तो म्हणतो –

"Romantic love, like any other emotional or imaginative experience, is primarily the result of inhibition or the blocking of an impulse, Romance is the round about and sublimated way of attaining union. This accounts for the tendency for lovers to find community of interests and tastes, when none really exists. It has often been said that politics makes strange bed-fellows. The same may be said of Romantic love."

१७-९-४३
कोल्हापूर

वि. स. खांडेकर

पार्श्वभूमी : तीन

'पहिले प्रेम' या अवघ्या सव्वाशे पृष्ठांच्या कादंबरीला मी ही तिसरी प्रस्तावना लिहीत आहे. ती लिहिताना माझे मन बरेचसे संकोचल्यासारखे झाले आहे. आपल्या पुस्तकाला पुन:पुन्हा प्रस्तावना लिहिणे म्हणजे पहिली बायको मेल्यावर दुसरी; दुसरी आटोपल्यावर तिसरी करणे यांत तसे काही फार साम्य आहे, असे नाही; पण वरचेवर बोहल्यावर उभे राहणाऱ्या नवरदेवाला जसे थोडेसे कसेसेच होत असेल, तसेच मलाही या वेळी होत आहे. प्रत्येक आवृत्तीला मी अशीच प्रस्तावना लिहू लागलो, तर लवकरच मूळ पुस्तकापेक्षा प्रस्तावनेचा भाग अधिक लठ्ठ दिसू लागेल. मग सुपारीसारखा अंबाडा नारळा एवढा करून दाखविण्याकरिता बायका जसा गंगावनांचा आश्रय घेतात, त्याप्रमाणे आपणही मोठा ग्रंथ प्रसवू शकतो, हे सिद्ध करण्याकरिता हा लेखक प्रस्तावना लिहीत सुटतो, असा आरोपही माझ्यावर येईल.

त्या आरोपाइतकीच प्रस्तावना लिहिण्याच्या पद्धतीची 'सॅरोयन' या प्रसिद्ध अमेरिकन लेखकाने जी थट्टा केली आहे, तिचीही मला आठवण होत आहे. 'The daring young man on the flying trapez and other stories' या आपल्या कथासंग्रहाच्या पहिल्याच आवृत्तीच्या प्रस्तावनेचा प्रारंभ सॅरोयनने असा केला आहे :

'मी या पुस्तकाच्या पहिल्या आवृत्तीला ही प्रस्तावना लिहीत आहे. ती लिहिण्यात माझा मुख्य हेतू असा आहे की, या पुस्तकाला जर दुसऱ्या आवृत्तीचा सुयोग लाभला, तर मला पुन्हा प्रस्तावना लिहिण्याची संधी मिळावी! अर्थात पहिल्या आवृत्तीच्या प्रस्तावनेत मी जे काही सांगितले असेल, त्याचेच स्पष्टीकरण मी दुसऱ्या आवृत्तीच्या प्रस्तावनेत करीन, हे उघड आहे. फार तर मध्यंतरीच्या काळात मी काय करीत होतो, काय वाचीत होतो, काय लिहीत होतो, इत्यादी गुजगोष्टी वाचकांशी करून मी त्या प्रस्तावनेला नवा रंग आणीन.

'याउप्पर या पुस्तकाची भाग्यरेषा उमटून त्याची तिसरी आवृत्ती प्रकाशित

होण्याची वेळ आली, तर तिला तिसरी प्रस्तावना लिहिण्याचा माझा मानस आहे. त्या प्रस्तावनेत मुख्यत: पहिल्या दोन प्रस्तावनांचा सारांश येईल, हे सांगायला ज्योतिष्याची मुळीच जरुरी नाही. मात्र तिसरी प्रस्तानवा हीच माझी शेवटची प्रस्तावना आहे, असा गैरसमज रसिकांनी करून घेऊ नये. या पुस्तकाच्या प्रत्येक नव्या आवृत्तीला नवी प्रस्तावना लिहिण्याचा माझा संकल्प आहे. अगदी आमरण हा संकल्प मी पाळणार आहे. आता तुम्ही म्हणाल, 'तुमच्या मृत्यूनंतर तरी हे प्रस्तावनांचे सत्र थांबेल ना?' खरे सांगू? प्रस्तावनांची ही परंपरा खंडित होऊ नये, अशी इच्छा आहे. माझ्यामागून माझी मुले आणि त्यांच्यामागून माझी नातवंडे ही पवित्र परंपरा अखंड कायम ठेवतील, अशी मला अशा आहे!'

हे प्रस्तावना – विडंबन वाचल्यानंतर वास्तविक मी तिसऱ्या प्रस्तावनेच्या फंदात पडायला नको होते!

पण....

ही कादंबरी प्रकाशित होऊन बरोबर सात वर्षे झाली. पहिल्या वर्षी हिचे कौतुक करणारी माझी निर्भर्त्सना करणारी आणि हिच्यातल्या विवेचनासंबंधी अनेक शंका विचारणी इतकी पत्रे मला आली की, वधूवर मंडळाप्रमाणे आपण एखादे 'पहिले प्रेम कार्यालय' स्थापन केले आणि स्पेशॅलिस्ट डॉक्टरसारखी आपण सल्ल्याची जबर फी आकारू लागलो, तर आपला चरितार्थ सध्यापेक्षा अधिक चांगल्या रीतीने चालू शकेल, अशी एक अंधूक कल्पना सुद्धा माझ्या मनात येऊन गेली.

कुठलेही पुस्तक प्रसिद्ध झाले की, त्याच्याविषयी थोडी–फार पत्रे मला नेहमीच येतात. या वेळी ती थोडी न होता फार आली, एवढेच. पुस्तकाच्या नावीन्याच्या क्षणिक भराबरोबर हा पत्रांचा पूर लवकरच ओसरेल, अशा आशेने मी पहिल्या वर्षातल्या काही महत्त्वाच्या पत्रांना व्यक्तिश: उत्तरेसुद्धा पाठविली. पण....

सात वर्षांनंतरही या कादंबरीचा उल्लेख करून आपल्या भग्न प्रेमाची कहाणी सविस्तर वर्णन करणारे आणि 'मी काय करावं, हे तुम्हीच सांगा' असा सल्ला विचारणारे पत्र मला आले नाही, असा एक महिनासुद्धा अद्यापि गेला नाही. त्यामुळे या बाबतीत आपणाला जे काही सांगावयाचे होते, ते आपण अगदी प्रामाणिकपणाने आणि कुठलाही आडपडदा न ठेवता सांगितले आहे, अशी जरी स्वत:ची सोईस्कर समजूत करून घेतली असली, तरी असे एखादे पत्र आले, म्हणजे माझे मन बेचैन झाल्याशिवाय राहत नाही. बहुधा आयुष्यातली अठरा वर्षे शिक्षकाच्या धंद्यात घालविल्याचा हा परिणाम असावा! एखादा विषय आपण कितीही सोपा करून सांगितला, तरी जोपर्यंत तो आपल्या

विद्यार्थ्यांच्या गळी उतरत नाही, तोपर्यंत आपले शिकवणे यशस्वी झाले, असे म्हणता येणार नाही, ही भावना त्या धंद्यामुळे जणू काही माझ्या रक्तातच भिनली आहे. त्यामुळे 'पहिल्या प्रेमा' विषयी मला अजूनही विचारल्या जाणाऱ्या अनेक शंकांचे थोडेसे समाधान करायला मी फिरून एकदा प्रवृत्त झालो आहे.

मात्र वाचकांनी या प्रस्तावनेची धास्ती मुळीच घेऊ नये. माझ्या मुलानेच नव्हे, तर त्याच्या मुलाने सुद्धा या पुस्तकाच्या प्रत्येक आवृत्तीला नवी प्रस्तावना लिहिली पाहिजे, अशी अट मृत्युपत्रात घालण्याचा माझा विचार नाही. इतकेच नव्हे, तर प्रस्तावनांचे हे शेपूट मारुतीप्रमाणे वाढत गेले, तर वाङ्मयावर भयंकर आपत्ती कोसळेल, अशी काळजी करणाऱ्या अनेक चिंतातुर जंतूंनाही मी अगदी ईश्वरसाक्ष सांगतो – मित्रहो, या पुस्तकाची ही माझी शेवटची प्रस्तावना आहे. आता तुम्हांला स्वस्थपणाने झोप घ्यायला हरकत नाही.

'पहिल्या प्रेमा'च्या बाबतीत मला येणारी पत्रे कशी असतात, याचा एक नमुना दिल्याशिवाय माझ्या पुढच्या चार शब्दांतले स्वारस्य वाचकांना कळणार नाही. म्हणून गेल्या मे महिन्यात मला आलेल्या एका इंग्रजी पत्राचा अनुवाद (प्रयोगाच्या सोयीसाठी नाटकात करतात, त्यापेक्षा खूपच कमी फेरफार करून) खाली देतो.

प्रिय खांडेकर,

माझे हे तुम्हांला पहिलेच पत्र आहे. तुम्हा लेखकांना अपरिचित चाहत्यांची आणि टीकाकारांची पत्रे नेहमीच येतात, म्हणे! त्यामुळे माझे पत्र पाहून तुम्हांला काही विशेष वाटणार नाही. पण वाङ्मयाचा रसास्वाद घेणाऱ्या एका माणसाने पत्र या दृष्टीने तुम्ही माझ्या या लेखनाकडे पाहू नये, असे मी तुम्हांला नम्रपणे सुचवितो. या पत्रात मी विचारलेला प्रश्न अत्यंत महत्त्वाचा नि जिव्हाळ्याचा आहे. त्याच्यावर माझे आयुष्यातले सर्व सुख अवलंबून आहे. असे म्हटले, तरी अतिशयोक्ती होणार नाही.

आमचे कुटुंब तसे मोठे सुखी आहे. अजून आईबापांचे मायेचे छत्र आमच्यावर आहे. आम्ही तिघे भाऊ व पाच बहिणी. माझे थोरले बंधू डॉक्टर आहेत. आम्ही दोघे धाकटे भाऊ कारकून आहोत. माझ्या सातही भावंडांची लग्ने झाली असून, ती सुखासमाधानांत नांदत आहेत. ज्याच्यावर अजून अक्षता पडल्या नाहीत, असा या कुटुंबात मी एकटाच प्राणी आहे.

तुमच्याशी हृदय उघडे करायचे ठरवून, हे पत्र लिहायला मी बसलो आहे. तेव्हा साऱ्या गोष्टी जशाच्या तशा लिहितो. तुमच्यापासून काही चोरून ठेवत नाही. सध्या मला पंचविसावे वर्ष आहे. या वयात नाटके-कादंबऱ्यांतला

आणि चित्रपटातला प्रत्येक तरुण प्रेमात पडलेला दिसतो. पण तुम्हांला कदाचित आश्चर्य वाटले हे वाचून – जिच्याकडे माझ्या मनाने विशेष ओढ घेतली आणि जिची मूर्ती माझ्या मनात, काही दिवस का होईना, खेळत राहिली, अशी मुलगी परवापर्यंत मला भेटली नव्हती. यौवनात पदार्पण करणाऱ्या मुलींशी हस्तांदोलन करण्याकरिता धडपडणारे जसे काही तरुण असतात, तसेच त्यांच्यापासून दोन हात दूर राहणारे तरुणही आढळतात. या दुसऱ्या वर्गात तुम्ही माझी गणना करायला हरकत नाही.

सुदैवाने म्हणा अथवा दुर्दैवाने म्हणा, माझ्या एका बहिणीच्या पुतणीशी माझा अलीकडेच योगायोगाने परिचय झाला. तिचे नाव मला ऐकून ठाऊक होते. पण तिचा प्रत्यक्ष सहवास घडला, तो माझ्या बहिणीच्या घरी मी चार दिवस पाहुणा म्हणून राहायला गेलो, तेव्हा. मी तिथेच तिला प्रथम पाहिली. इतरांप्रमाणे मी तिच्याशीही मोकळेपणाने बोलू लागलो. हास्यविनोद करू लागलो. हळूहळू आम्ही दोघे दोस्त बनलो.

माझ्या बहिणीच्या घरातले सारे वातावरण स्वतंत्र होते. त्यामुळे दोघे बरोबर फिरायला जाऊ लागलो. मधूनमधून चित्रपट पाहू लागलो. ही मुलगी सुस्वभावी आणि सुशिक्षित आहे. दैवयोगाने आम्ही एकमेकांच्या निकट सहवासात आलो. साहजिकच आम्हाला परस्परांविषयी आकर्षण वाटू लागले. या मुलीच्या रूपाने पसरून ठेवलेल्या आपल्या नाजूक जाळ्यात निर्सग मला अडकविण्याचा प्रयत्न करीत आहे, हे मला कळले नाही, असे नाही. तिच्याविषयीचे विचार मनातून काढून टाकण्याची पहिल्या पहिल्यांदा मी खूप धडपड केली. पण प्रवाहविरुद्ध पोहणे काठांवरून दिसते, तितके कधीच सोपे नसते, याची प्रचीती मला लवकर आली. लोहचुंबकाच्या कक्षेत सापडलेल्या लोखंडाच्या तुकड्याने कितीही धडपड केली, तरी त्याला पूर्वीचे स्वातंत्र्य प्राप्त होणे कसे शक्य आहे? माझीही तशीच स्थिती झाली. पहिल्यांदा आमचे डोळे बोलत होते. आता हृदयाचा संवाद सुरू झाला. हळूहळू मूक संभाषणातून मधुर स्वप्नांच्या गीतमालिका निर्माण होऊ लागल्या.

त्याच वेळी वडिलांचे एक पत्र मला आले. ते फार वृद्ध झाले होते. आपल्या धाकट्या मुलाने लग्न करून सुस्थिर व्हावे आणि त्याचा सुखाने चाललेला संसार आपल्याला पाहायला मिळावा, अशी त्यांची इच्छा होती. तसे पाहिले, तर त्यांच्या या वात्सल्यपूर्ण इच्छेत अस्वाभाविक असे काय होते? पण....

इथेच माझ्या आयुष्यातले शोकांत होऊ पाहणारे नाटक सुरू झाले. माझ्या वडिलांनी माझ्यासाठी एक मुलगी पसंत केली होती. इकडे माझे मन बहिणीच्या

पुतणीच्या मूर्तीची पूजा करू लागले होते.

मला मोठा पेच पडला. मी परत घरी आलो. माझ्या दोन्ही भावांचा सल्ला मी घेतला. पण हा प्रश्न समाधानकारक रीतीने कसा सोडवावा, हे मला कुणीच सांगेना. घरात माझ्या लग्नाची चर्चा सुरू झाली. मला आणखी चार-पाच मुली सांगून आल्या. माझे मन अधिकच गोंधळून गेले. शेवटी मी मोठा धीर करून, माझे प्रेम एका मुलीवर बसले आहे, असे माझ्या भावांना सांगितले. इतकेच नव्हे, तर त्या मुलीलाही माझे मन कसे द्विधा झाले आहे, याची कुठलीही गोष्ट न लपविता जाणीव करून दिली. ती पडली सरळ मनाची सालस मुलगी. तिने मला शांतपणाने सल्ला दिला : 'प्रेम हा शब्द आपण नाटके-कादंबऱ्यांत पानापानावर वाचीत आलो आहो. पण त्याचा प्रत्यक्ष अनुभव असा आपल्याला काय आहे? आपण दोघेही एका दृष्टीने अल्लड आहोत. तेव्हा अशा बाबतीत वडील माणसांचा उपदेश आपण ऐकणे हेच योग्य ठरेल. नाही का? त्यांच्या आनंदात आपले सुख आहे, असे मानणे हे आपले कर्तव्य नाही काय?'

तिचा हा उपदेश मलासुद्धा पटला. माणसाने मारायचेच, तर स्वत:चे मन मारावे, ज्यांनी आपल्यावर अगणित उपकार केले आहेत, अशा वडील माणसांची अंत:करणे काही झाले, तरी त्याने दुखवू नयेत, अशी मी माझ्या रुखरुखणाऱ्या मनाची समजूत घातली आणि मनोदय पत्रद्वारे माझ्या बंधूंना कळविला. मी कर्तव्याला जागलो, सुपुत्राला शोभेल असाच वागलो, या कल्पनेने मला क्षणभर स्वत:विषयी अभिमान वाटला. खांडेकर, हा अभिमान अस्थानी होता, असे तुम्ही म्हणू शकाल काय?

पण माझ्या बंधूंनी मला उत्तरादाखल जी दोन पत्रे पाठविली, त्यांनी हा प्रश्न सुलभ होण्याऐवजी अधिक बिकट मात्र होऊन बसला. या बाबतीतला शेवटचा निर्णय घेण्याची जबाबदारी स्वत:वर घ्यायला ते बिलकूल तयार नाहीत. 'या प्रश्नाच्या दोन्ही बाजू पाहून, तुझं तूच काय ते ठरीव.' असा त्यांनी मला साळसूद सल्ला दिला आहे. पण त्यांच्या पत्रांच्या एकंदर रोखावरून खुद्द त्यांना काय किंवा माझ्या कुटुंबातील इतर मंडळींना काय, माझी निवड पसंत नाही, हे मला अगदी उघड उघड दिसते आहे.

आता हे सारं तुम्हांला कळवायचं कारण –

जाता जाता माझ्या बंधूंनी अगदी ताजा कलम घातल्यासारखे करून मला उपदेश केला आहे : 'खांडेकरांची 'पहिले प्रेम' ही कादंबरी तू लक्षपूर्वक वाच. म्हणजे तुझ्यापुढे दत्त म्हणून उभ्या राहिलेल्या प्रश्नावर पूर्ण प्रकाश पडेल.' खांडेकर, मी तुमची ही कादंबरी पैदा केली, दोन वेळा ती लक्षपूर्वक

वाचली, तुमच्या विचारांशी समरस होण्याचा प्रामाणिकपणाने प्रयत्न केला. पण खरं सांगतो, म्हणून रागावू नका हं. या कादंबरीत तुम्ही सूचित केलेले सत्य काही केल्या मला पटत नाही.

माझ्या बंधूंची माझ्या प्रेमाविषयी फार चुकीची कल्पना झाली आहे, असे मला वाटते. त्या मुलीला मी पाहिले-न पाहिले, तोच मी तिच्यावर मोहित झालो आणि मागचा-पुढचा काही एक विचार न करता तिच्यावरल्या प्रेमात वाहून गेलो, अशी त्यांनी आपली समजूत करून घेतलेली दिसते. पण माझे प्रेम हे नुसते नेत्रपल्लवीपासून निर्माण झालेले वरपांगी उथळ प्रेम नाही. त्या मुलीचा स्वभाव मला पुरेपूर कळला आहे. तिच्या अंत:करणाशी माझा पूर्ण परिचय झाला आहे. मी तिच्या गुणांवर प्रेम करीत आहे; रूपावर नाही. अशा स्थितीत माझ्या घरच्या मंडळींना पसंत नसलेली मुलगी मला आवडू लागली, हा काय माझा गुन्हा म्हणायचा?

एखाद्या अपरिचित मुलीशी लग्न करून संसारसुख मिळविण्याचा प्रयत्न करण्यापेक्षा मनाने माझ्या इतक्या जवळ आलेल्या आणि मला मनापासून आवडणाऱ्या तरुणीच्या सहवासात मी निश्चित सुखी होईल, असे मला वाटते. त्या मुलीशी परिचय होण्यापूर्वीच माझे लग्न झाले असते, तर कदाचित त्या दुसऱ्या मुलीबरोबर मी आनंदाने संसार केला असता. पण हिच्या परिचयामुळे माझे सारे जगच बदल्यासारखे झाले आहे. या मुलीला मी विसरू शकत नाही आणि वडील माणसांच्या मनाविरुद्ध मी वागू इच्छित नाही. अशा कात्रीत सापडल्यामुळे माझ्या मनावर निराशेच्या आणि निरुत्साहाच्या उदास छाया पसरू लागल्या आहेत.

माझ्यावर प्रेम करण्याऱ्या मुलीशी मला लग्न करता येऊ नये, जीवनाच्या रणांगणावर मला होणाऱ्या जखमा जिच्या स्पर्शाने क्षणार्धात बऱ्या होतील, अशी माझी खात्री झाली आहे, तिचा हात हातात घ्यायचे भाग्य मला लाभू नये – भाऊसाहेब, किती दुर्दैवी आहे मी!

प्रिय भाऊसाहेब, माझे सारे आयुष्य या प्रश्नाच्या निर्णयावर अवलंबून आहे. माझ्या घरातल्या वडील माणसांची इच्छा त्यांनी पसंत केलेल्या मुलीच्या गळ्यात मी माळ घालावी, अशी आहे. पण त्यांच्या या सक्तीने मला कसे सुख लागेल? वडीलकीच्या अधिकारात ते माझ्यावर जो जुलूम करीत आहेत, त्याची प्रतिक्रिया म्हणून माझ्या मनात त्यांच्याविषयी तिरस्कार निर्माण होणार नाही काय?

काय करू मी? कोणत्या मार्गाने जाऊ? मला काहीच कळेनासे झाले आहे!

तुम्ही तरी मला मार्गदर्शन कराल का? तुम्ही लोकप्रिय लेखक आहात. तुमचे ज्ञान आणि तुमचा अनुभव यांच्या साहाय्याने तुम्ही माझ्या आयुष्यातले हे बिकट कोडे उलगडून दाखवाल का? निदान माझ्यासारख्या अपरिचित तरुणाविषयी सहानुभूती बाळगून या पत्राचे अगदी लवकरात लवकर उत्तर पाठविण्याची तसदी तरी तुम्ही घ्याल ना?

तुमचा

×××

या पत्राला मी छोटेसेच उत्तर पाठविले, असे मला आठवते. अशा प्रकारच्या पत्रलेखकांना मी सामान्यत: एवढेच उत्तर लिहितो :

आयुष्यातल्या तीन महत्त्वाच्या गोष्टींत मनुष्य न कळत जुगार खेळत असतो. दैवच त्याला जुगाराच्या मन:स्थितीचा अनुभव देत असते. त्या तीन गोष्टी म्हणजे – जन्म, प्रीती आणि मृत्यू. हे तिन्ही एका प्रकारचे अपघात आहेत. कुठे, केव्हा आणि कुणाच्या पोटी जन्माला यावे, हे ठरविण्याचा अधिकार जसा आपल्याला नाही, त्याप्रमाणे कुठे, केव्हा आणि कोणत्या मार्गाने जगाच्या रंगभूमीवर आपली भूमिका संपवून आपण पडद्याआड अदृश्य व्हावे, याविषयीही निश्चित नियम नाही. या अनिश्चितपणामुळेच जीवनातली अर्धी-अधिक माधुरी निर्माण झाली आहे, हे मात्र काही खोटे नाही. जन्म आणि मृत्यू यांच्यापेक्षा प्रीतीच्या बाबतीत मनुष्य अधिक स्वतंत्र आहे, असा सकृद्दर्शनी भाव होतो. पण तो स्वतंत्रपणा दोरीच्या आधाराने आकाशात स्वैर विहार करणाऱ्या पतंगापेक्षा काही निराळा नाही. मानवी प्रीतीच्या पायांत अनेक अदृश्य आणि अवजड शृंखला आहेत. लहानपणापासून निर्माण झालेल्या आवडीनिवडी, प्रकृतिधर्म, परिस्थितिजन्य लैंगिक आकर्षण, मानसिक विकासाची भिन्न पायरी, जातीपातीपासून गरिबी-श्रीमंतीपर्यंतचे विविध सामाजिक निर्बंध अशा किती म्हणून गोष्टी सांगाव्यात? म्हणून माझे तुम्हांला एवढेच सांगणे आहे की, आपले प्रेम ही अत्यंत खोल अशी अंत:प्रेरणा आहे. ते पूर्वी कुठल्याही तरुण मुलीशी निकट परिचय झाला नसल्यामुळे, केवळ निसर्गत: निर्माण झालेले शारीरिक आकर्षण नाही, ही गोष्ट कोणत्याही तऱ्हेची यौवनसुलभ आत्मवंचना करून न घेता जर तुम्हांला सत्य वाटत असेल, तर वडीलधाऱ्या माणसांची पर्वा न करता तुम्ही खुशाल त्या मुलीशी लग्न करा. कुणी तरी चांगल्या मुलीची व्याख्या अशी केला आहे : Good girl = one who keeps her head when she loses her heart. (**हृदय गमावले, तरी जिचे डोके जाग्यावर असते, ती खरी चांगली मुलगी.**) मला वाटते, ही व्याख्या यौवनातल्या

उन्मादक प्रीतीच्या मोहक सुगंधाने पुलकित होणाऱ्या सर्वच तरुण-तरुणींनी लक्षात ठेवण्याजोगी आहे.

अर्थात एका गोष्टीचा मी अशा उत्तरात मुळीच उल्लेख करीत नाही. ती म्हणजे या तरुण प्रेमिकांचा दुबळेपणा! प्रेयसी की आईबाप, अशा पेचात सापडलेल्या युवकाने आपल्या घरात लैला-मजनूचे नाटक करून दाखवायला सुरुवात करावी, असे मी मुळीच म्हणत नाही. पण दैनंदिन जीवन आधुनिक पद्धतीने कंठायचे आणि त्यात एखादी समस्या उत्पन्न झाली की, प्राचीन काळातल्या कर्तव्याच्या कल्पना उराशी बाळगून निष्क्रिय व्हायचे, या तरुणांना न शोभणाऱ्या विसंगतीवर त्यांचा त्यांनीच विजय मिळवायला नको काय?

मात्र मला त्यांच्या या विसंगतीने हसू येत नाही. यौवन हे स्वभावतःच स्वप्नाळू, काव्यात्मक व भावनाप्रधान असते. शिवाय ठरावीक चाकोरीतून ज्यांचे जीवन जात असते आणि जे त्या संकुचित जीवनावर संतुष्ट असतात, त्यांच्या अंगी कुठल्याही प्रकारच्या जुलमाविरुद्ध बंड करण्याची शक्ती सहसा निर्माण होत नाही. प्रेम आणि युद्ध यांची अनेकदा तुलना करण्यात येते. केवळ विनोदाच्या नव्हे, तर इतर अनेक दृष्टींनीही ती सार्थ आहे. इंग्रजी राज्यात निःशस्त्र होऊन आम्ही जशी युद्धकला विसरून गेलो, तशी खरी प्रीती कुणाचीच भीती बाळगत नाही, या शिकवणुकीचीही आम्हाला आठवण राहिली नाही. अंबेच्या देवालयातून युक्तीने रुक्मिणीचे हरण करणारा श्रीकृष्ण किंवा स्वयंवराच्या मंडपातून साहसपूर्वक संयोगितेला उचलून घेऊन जाणारा पृथ्वीराज यांच्या कथा काय, या दिङ्मूढ होणाऱ्या तरुणांनी वाचल्या नसतील? पण जेवढे आपण आचरणात आणू शकतो, तेवढेच आपले खरे ज्ञान होय, बाकीचे सारे शुष्क पांडित्य आहे, या कटु सामाजिक सत्याची कदर न केल्यामुळेच आपली संस्कृती जीवनाच्या अनेक क्षेत्रांत प्रतिगामी ठरून पराभूत होत गेली. अशा स्थितीत एकट्या प्रीतीच्या बाबतीतच समाजाचे पाऊल पुढे कसे पडावे? ते बिचारे अजून इसवी सनापूर्वीच्या कन्यादानाच्या कल्पनेभोवतीच घोटाळत आहे.

वर दिलेले पत्र लिहिणाऱ्या तरुणासारखी अनेक उदाहरणे आपल्याला सभोवती हरघडी दिसतात. मला या दुबळ्या तरुणांची दया येते, हसू मात्र येत नाही. मला हसू येते, ते त्यांच्या वडील माणसांचे, पालटलेल्या परिस्थितीची आमच्या या आधुनिक पुराणपुरुषांना दादच नसते! एका अमेरिकन गोष्टीतला नायक 'रिपव्हॅन विंकल' फक्त वीसच वर्षे झोपला होता! वीस वर्षांनी जाग आल्यावर त्याला आपण अगदी निराळ्याच जगात आलो आहो, असा भास झाला. पण आमचे पालक हे 'सवाई रिपव्हॅन विंकल' आहेत. शंभर वर्षांची

झोप संपवून नुकतेच डोळे किलकिले करू लागल्यासारखे ते अजून वागत असतात. नवरी मुलगी गजग्यांनी आणि नवरा मुलगा गोट्यांनी खेळण्यात दंग असताना, कुणाच्या लंगोटीचे टोक कुणाच्या परकराला बांधले गेले, हा महत्त्वाचा प्रश्नच नव्हता. प्राचीन काळी लग्न हा अक्षरश: पोरखेळ होता! पण गेल्या पंचवीस वर्षांत मध्यमवर्गातल्या मुलामुलींची लग्नाची वये कल्पनातीत वाढली आहेत. त्याला अनेक कारणे आहेत, हे मी कबूल करतो. त्या कारणांना व्यक्तिश: कुणीच जबाबदार नाही. पण मुलामुलींची लग्नाची वये वाढल्यामुळे त्यांच्या भावी आयुष्याचा विचार पूर्वपद्धतीने करणे चुकीचे आहे, ही गोष्ट मनुष्याला नकोशी असते; ती अस्तित्वात नाही, अशी स्वत:ची फसवणूक करून घेण्यात त्याला नेहमी सुख होत असते. आजच्या आमच्या पालकांची वृत्ती जवळ जवळ अशीच आहे. 'माझी मुलगी यंदा बी. ए. होईल,' असे अमृत पीत असल्यासारखा चेहरा करून सांगणाऱ्या बापाला, ती हल्ली एका परजातीय तरुणाबरोबर संध्याकाळी एकटीच दूरवर फिरायला जात असते, असे कुणी सांगितले तर त्याचे तोंड तत्काळ एरंडेल घेतल्यासारखे दिसू लागते.

बी. ए.च्या वर्गात असणाऱ्या आपल्या मुलीचे वय कमीत कमी एकोणीस-वीस वर्षांचे असले पाहिजे, हे त्याला कळत नाही, असे नाही. ऐन विशीत आपण कसे वागत होतो, याची त्याला विस्मृती झालेली असते, असेही नाही. रात्री अंथरुणावर पडल्यानंतर झोप येईनाशी झाली, म्हणजेच प्रौढ माणसाचे मन जुन्या स्मृतींत रंगून जाऊ लागते. अशा वेळी या पालकाला आपल्या तारुण्यातले अनेक चाळे आठवतात! त्यांतल्या एका आठवणीने त्याचे त्यालाच हसू येते. त्याला स्पष्ट चित्रे दिसू लागतात – आपण तब्बल महिनाभर त्या कीर्तनाला जात होतो. म्हाताऱ्या-कोताऱ्यांना वाटे इंग्रजी शिकत असून सुद्धा मुलगा भाविक राहिला आहे. पण आपण जात होतो, ते एका गोऱ्या, गोल चेहऱ्याच्या सोळा वर्षांच्या मुलीचे दर्शन घेण्याकरिता; हरिदासाचे तोंड पाहायला नाही. ती मुलगी आपल्या म्हाताऱ्या आजीला घेऊन कीर्तनाला येई. तिची जागा अगदी ठरलेली असे. तिचा चेहरा सतत दृष्टीला पडेल, अशी जागा पटकावून मगच आपण कीर्तन श्रवण करीत असू.

मात्र हा अनुभव अगदी काल घेतल्यासारखा ताजा वाटत असला, तरी यौवनात पदार्पण केलेल्या आपल्या कन्यकेने कुक्कुल्या बाळासारखे वागावे, कामविषयक गोष्टींत अज्ञानी राहून, निदान अज्ञान पांघरून, तिने परंपरागत पावित्र्याचे पालन करावे आणि कधी काळी तिच्यासाठी जो कुणी नवरा आपण शोधून काढू, त्याच्या गळ्यात माळ घालायला तिने हसतमुखाने तयार व्हावे, अशी त्या प्रेमळ पित्याची आपल्या लाडक्या मुलीविषयी अपेक्षा असते.

शरीराने सुटाबुटांत, परंतु मनाने धाबळीत, नाहीतर मुकट्यात वावरणाऱ्या असल्या पालकांचे अनेक नमुने मला पाहायला मिळाले आहेत. त्यांतल्या एकाच वल्लीची हकीकत इथे सांगतो.

एके दिवशी संध्याकाळी एक गृहस्थ रागारागानेच माझ्याकडे आले. रस्त्यावर एकमेकांना नमस्कार-चमत्कार करण्याइतकी त्यांची माझी जानपहचान होती. पण परस्परांच्या घरी जाण्या-येण्याइतका घरोबा आमच्यात मुळीच नव्हता. तथापि, हा गृहस्थ गावातल्या एखाद्या गणेशोत्सवाचा अध्यक्ष बनला असून, त्या नात्याने मला व्याख्यानाची गळ घालण्याकरता आला असावा अशी मनाची समजूत करून, मी तोंडावर हसू आणून त्याचे स्वागत करण्याचा प्रयत्न केला. पण त्याची ती संतप्त मुद्रा पाहून आपला कयास साफ चुकीचा आहे, अशी माझी खात्री होऊन चुकली. 'या, बसा' असे मी म्हणताच त्याने बैठक मारली आणि तो एकदम मराठी नाटके-कादंबऱ्यांचा उद्धार करू लागला! फडके, खांडेकर, अत्रे, वरेरकर, माडखोलकर वगैरे सर्व मंडळींवर स्वारीने यथेच्छ तोंडसुख घेतले. हा गृहस्थ पुढल्या वर्षी साहित्य संमेलनाचा अध्यक्ष होणार असून, आपल्या भाषणाची रंगीत तालीम करून दाखविण्याकरता तर तो आपल्याकडे आला नसेल ना, अशी शंकाही या अवधीत माझ्या मनात येऊन गेली. मनसोक्त शिव्या घातल्यावर कदाचित तोंड दुखू लागल्यामुळे असेल – तो महात्मा क्षणभर स्तब्ध बसला. या सुवर्णक्षणाचा फायदा घेऊन मी त्याला भीत भीतच प्रश्न केला,

'आम्ही साहित्यिकांनी तुमचं असं काय घोडं मारलं आहे, ते अजून माझ्या लक्षात आलं नाही.'

लगेच उंदीर पकडणाऱ्या बोक्याप्रमाणे गुरगुरत तो उद्गारला,

'आमच्या घरादाराचं वाटोळं करायला तुम्ही लोक निघाला आहात. आमच्यासारख्या सज्जनांच्या संसाराचा सत्यनाश होणार आहे. तुमच्या या साहित्यामुळं! काय तुमचे हे उभार उरोज, काय तुमची ती प्रदीर्घ चुंबनं, काय तुमची ती अंधारातली आलिंगनं – हरे राम राम! देवळाला उकिरड्याची कळा आणली आहे तुम्ही लोकांनी!'

या गृहस्थाला शंकराचार्यांनी 'सवाई कृष्णराव मराठे' अशी पदवी अवश्य दिली पाहिजे, असे मी मनात म्हणतो, तोच त्याच्या तोंडाचा पट्टा पुन्हा सुरू झाला.

'मी आज तुम्हांला मुद्दाम भेटायला आलो आहे. अहो, आमची मुलगी कॉलेजात जाते. फडक्यांच्या, तुमच्या त्या मामा वरेरकरांच्या आणि इतर सतराशे-साठ लोकांच्या कादंबऱ्या ती मध्यरात्रीपर्यंत जागून वाचते. 'ब्रह्मचारी' चित्रपट

तीनदा पाहिला होता या पोरीनं! आता तुम्हीच सांगा. तो चित्रपट तसा काही वाईट नव्हता. आम्ही सुद्धा तो एकदा पाहिला. पण तो कशासाठी? आम्ही तुमच्याबरोबर आहोत, हे या तरुण मंडळींना दाखविण्यासाठी. पण तो तीन-तीन वेळा पाहायचा, म्हणजे काय? त्यानंच हे सारे अनर्थ होतात!'

'कसला अनर्थ झालाय?' या सवाई धुंडिराजाला घराबाहेर कसे घालवावे, या विवंचनेत असतानाच मी प्रश्न केला.

'म्हणजे ते असं झालं, पाहा – असं म्हणजे कसं सांगायचं तुम्हाला? अहो, आम्हाला ज्या गोष्टी सांगायची लाज वाटते, त्या अलिकडच्या पोरी खुशाल बोलतात, बघा! आज दुपारी किनई, मी माझ्या खोलीत गीतारहस्य वाचीत पडलो होतो. 'कर्मण्येऽवाधिकारस्ते' याचे काय बहारदार विवरण केले आहे म्हणता बळवंतरावांनी. माझ्या पलिकडच्या खोलीतच माझी कॉलेजात जाणारी मुलगी अभ्यासाला बसते. आज दुपारी कॉलेज सुटल्यावर ती घरी आली. तिच्याबरोबर तिची एक मैत्रीणही होती. पलिकडच्या खोलीतून त्यांची किलबिल मधून मधून ऐकू येत होती. तरी मी आपला 'कर्मण्येऽवाधिकारस्ते' मध्येच गुंग होतो. थोड्या वेळाने जरा थांबून कानोसा घेतला. आणि काय सांगू, महाराज? माझे डोळे पांढरे होण्याची वेळ आली. 'सीदन्ति मम गात्राणि, रोमहर्षश्च जायते' अशी अगदी स्थिती झाली माझी. अहो, त्या दोन कार्ट्या संततिनियमनाविषयी चक्क चर्चा करत होत्या. ते शब्द कानांवर पडताच माझ्या अंगाचा असा तिळपापड झाला, म्हणता! वाटले, अस्से रस्त्यावर जावे नि जो पहिला मिसरूड फुटलेला पुरुष दिसेल, त्याला फराफरा घरात ओढीत आणून त्याच्या गळ्यात आपली ही घोरपड बांधून टाकावी! तुम्हीच सांगा, खांडेकर! या अविवाहित पोरी! कुणी लग्नाची गोष्टी कसल्या करतात? तर संततिनियमनाच्या! त्या कार्ट्यांचा तो संवाद ऐकून आमची स्वारी सारा दिवस सुन्न होऊन पडली होती. या पोरट्यांना ही अवदसा सुचली तरी कशी, याचा मी सूक्ष्म विचार केला नि मग माझ्या लक्षात आले की, तुम्ही साहित्यिक हल्ली जे चावट वाङ्मय निर्माण करता, त्याचा हा सारा परिणाम आहे. सीता-सावित्रीच्या वेळी तुमच्या कथा-कादंबऱ्या नव्हत्या, हे बरे! नाही तर त्या सुद्धा या उल्लू पोरींप्रमाणेच बहकल्या असत्या! आज मुद्दाम मी तुमच्याकडे आलो, ते तुम्हांला हे सांगायला! तुम्हा साऱ्या साहित्यिकांना आम्ही मुलींचे आईबाप शरण आहोत. कृपा करा आणि तुमची ही उन्नत उरोजांची वर्णनं बंद करा. नाही तर आम्हा कुलीन कुटुंबांना आपल्या अब्रूच्या संरक्षणासाठी कायदेमंडळात एखादा कायदा पास करून घ्यावा लागेल. कादंबरीतल्या एका चुंबनाबद्दल लेखकाला शंभर फटके मारावेत आणि एखाद्या पात्रानं व्यभिचार केला,

तर त्या गुन्ह्याबद्दल त्याला काळ्या पाण्यावर पाठवावा! अहो, असा कायदा झाला नाही, तर उद्या आम्हाला उजळ माथ्याने जगात वावरायची चोरी होईल!'

त्या गृहस्थाची समजूत घालून त्याला घराबाहेर काढताना माझे जे हाल झाले, ते मी जन्मात विसरणार नाही. तो बडबडत असताना तोंडावर हातरुमाल धरून मी माझे हसू कसे-बसे आवरीत होतो. पण तो निघून गेल्यावर मला वाटले, सध्याच्या तरुण-तरुणींइतकेच हे प्रौढ पालकही दुर्दैवी आहेत. संस्कृतीच्या नावाखाली पिढ्यान् पिढ्या चालत आलेल्या पावित्र्याच्या आभासात्मक कल्पनांना बळी पडून ते आपल्या मुलामुलींची आयुष्ये जशी खुरटवून टाकीत आहेत, तशी आपली आयुष्येही आपल्या आचरट काळज्यांनी ते पोखरून घेत आहेत. तारुण्याच्या उंबरठ्यावर पाऊल पडताच स्त्री-पुरुषांना एकमेकांविषयी कुतूहल उत्पन्न व्हावे आणि या कुतूहलाचे अस्फुट आकर्षणात रूपांतर व्हावे, हा निसर्गाचा नियमच आहे. पण अव्यवहार्य आदर्शावर उभारलेल्या आचारधर्मापेक्षा अंती शरीरधर्मच अधिक प्रबळ ठरतो, हे कल्पित पावित्र्याच्या मृगजळामागे धावत सुटलेले आमचे जुने ऋषिमुनी काय किंवा आधुनिक महात्मे काय, लक्षात घ्यायला तयारच होत नाहीत. त्यामुळे समाजात कृत्रिम जीवनाचे आणि दांभिक पावित्र्याचे एक दुष्ट चक्र तयार होते. या चक्रात सापडलेले सध्याचे पालक, आपली मुले कितीही मोठी झाली, तरी त्यांना मदनबाधा होणे शक्य नाही, या कल्पनेवर बेहद्द खूश असतात. आपली गुंगी मद्यप्याची आहे; योग्याची नव्हे, हे काही त्यांच्या लक्षातच येत नाही. तसे पाहिले, तर कामवृत्तीत अनैसर्गिक आणि अपवित्र असे काय आहे? लहान मुलाला भूक लागणे, 'मला खायला दे, मला खायला दे', म्हणून त्याने आईपाशी हट्ट करणे. ती आपल्या आक्रोशाकडे दुर्लक्ष करत आहे, असे आढळून आल्यावर जे हाताला मिळेल, ते चोरून खाणे हा लहान मुलांचा गुन्हा होऊ शकतो काय? तो जर गुन्हा नाही तर तरुण-तरुणींना सहवासामुळे एकमेकांविषयी आकर्षण वाटू लागले आणि ती प्रेमकथांत, प्रेमकाव्यात अथवा प्रणयचिंतनात रंगून जाऊ लागली, तर त्यात त्यांचा अक्षम्य असा काय अपराध आहे? सर्वसामान्य माणसांच्या शरीरावर नेहमीच निसर्गाची हुकमत अधिक चालते; पोथ्यापुराणांची किंवा पावित्र्याच्या पढीक पोपटपंचीची नाही. अन्नप्राप्तीची धडपड ही निसर्गाची पहिली आणि प्रमुख प्रेरणा आहे. ती आपण कधीच अयोग्य आणि अपवित्र मानीत नाही. उलट, विसाव्या शतकात समाजवादाकडे झुकलेल्या मानवी संस्कृतीने ज्या समाजात मनुष्य राहतो, त्याची यथाशक्ती सेवा करून पोटभर अन्न मिळविणे हा त्याचा नैसर्गिक हक्क आहे, या सिद्धांताला पूर्ण मान्यता दिली आहे. पण मनुष्याच्या पहिल्या भुकेच्या बाबतीत आजकाल स्वीकारले जाणारे हे उदार

धोरण, अजून दुसऱ्या भुकेचा विचार करताना मात्र एकदम संकुचित आणि सनातनी बनते. जणू काही कामवासना ही एक गर्ह्य, लज्जस्पद गोष्ट आहे. स्त्री–पुरुषांच्या परस्पर आकर्षणातल्या काव्याचा आम्ही कादंबऱ्या वाचताना किंवा नाटके, चित्रपट पाहताना मिटक्या मारत आस्वाद घेतो. पण ते काव्य रंगभूमीवरून घरात येऊ लागले की, आमचे माथे फिरते आणि धाबे दणाणून जाते. या यौवनसुलभ आकषर्णात काही तरी अमंगल, अपवित्र, अर्वाच्य आहे या समजुतीनेच अद्यापिही आपले सर्व सामाजिक विचार आणि व्यवहार चाललेले आहेत. जिकडे पाहावे, तिकडे पावित्र्याच्या रंगीबेरंगी पार्ट्या, ब्रह्मचर्यावरली प्रवचने आणि अंध अनैसर्गिक निर्बंधांच्या शृंखलाच तरुणांच्या हृदयांतल्या मुग्ध प्रीतिभावनेला भेडसावीत असतात. असले पावित्र्याचे प्रदर्शन हे शुद्ध ढोंग आहे, हे या समाजाला कळत नाही, असे नाही. पण त्या ढोंगाची लाज वाटण्याऐवजी भूषण म्हणून ते मिरविण्यातच अजून आपल्याला धन्यता वाटत आहे. गेली पंचवीस वर्षे गांधीजी तिकडे ब्रह्मचर्यासंबंधी कंठशोष करीत आहेत. इकडे हिंदुस्थानची लोकसंख्या इतक्या झपाट्याने वाढत आहे की परवाचे महायुद्ध झाले नसते, तर या देशात अन्नाचा दुष्काळच पडला असता, असा विचार मनाला अधून-मधून चाटून गेल्याशिवाय राहत नाही. आर्यस्त्रीच्या पातिव्रत्याचे पोवाडे अजून देवालयापासून, चित्रभूमीपर्यंत सर्वत्र गायिले जात आहेत. पण असला एखादा पवित्र चित्रपट पाहून रात्री बारा वाजता घरी परत येणाऱ्या शहरातल्या सुशील प्रेक्षकाला जे दृश्य दिसते, ते किती हिडीस असते! मधून-मधून एखाद्या गल्लीच्या कोपऱ्यावर रस्त्यावरल्या दिव्याचा प्रकाश आपल्या अंगावर पडणार नाही, अशा बेताने वाटेने येणाऱ्या-जाणाऱ्या पुरुषाकडे आशाळभूतपणाने पाहणाऱ्या आणि चार-आठ आण्यांकरिता आपले शरीर त्याच्या हवाली करायला उत्सुक झालेल्या स्त्रिया पाहून त्या बिचाऱ्याला काय वाटत असेल, याची कल्पनाच करणे बरे!

आपली ही पावित्र्याची दांभिक पूजा आता पुरे झाली. अंध आणि अनिर्बंध कामवासना हा मानवजातीचा शाप आहे. पण यौवनकलिकेबरोबर विकसित होत जाणाऱ्या आणि सुसंस्कृत रीतीने आत्मतृप्ती करू पाहणाऱ्या प्रीतिभावनेला इकडे धार्मिक बंधने, तिकडे जातिभेदाची कुंपणे, इकडे आईबापांचे वटारलेले डोळे, तिकडे समाजाचे टवकारलेले कान, अशा कडेकोट बंदोबस्तात वर्षानुवर्ष कोंडून ठेवणे, हे अंती सामाजिक स्वास्थ्याला अत्यंत विघातक आहे. विषमविवाह, प्रेमभंग, व्यभिचार, ऐन तारुण्यात कोळपून गेलेल्या कुमारिका, 'लाथ मारीन, तिथं पाणी काढीन,' अशी हिंमत ज्यांच्या अंगी असावी, त्या तरुणांचे 'अंगं गलितं पलितं मुंडं' अशा थाटाला शोभणारे वर्तन, प्रीतिभावनेला आधारभूत होणाऱ्या लैंगिक आकर्षणाच्या क्रूर आणि कृत्रिम अवरोधातून किती किती

सामाजिक दु:खे निर्माण होतात, म्हणून काय सांगावे? पण फक्त एक श्री. र. धों. कर्वे सोडले, तर दुसऱ्या कुणाही मराठी साहित्यिकाने झपाट्याने होत चाललेल्या सामाजिक संक्रमणाची आणि त्यामुळे अवश्य बदलाव्या लागणाऱ्या प्रीतिविषयक मूल्यांची दखल घेतलेली दिसत नाही. जिथे विचारवंतच डोळ्यांवर पांघरूण ओढून स्वस्थ बसतात, तिथे सामान्य लोकांना जागच्या जागी कुचंबत पडण्यापलीकडे दुसरे काय करता येण्यासारखे आहे? या परिस्थितीला पालकवर्ग कळत-नकळत शरण जातो. त्यामुळे आपल्या समाजात लहानपणापासून मुलामुलींत अवास्तव भेद करण्यात येतो. प्राथमिक शाळांत एकत्रित बसवून आणि एकत्र खेळायला लावून त्यांना पुढे परस्परांविषयी वाटणाऱ्या विकृत कुतूहलाचा अंकुरच न उद्‌भवू देणे अधिक श्रेयस्कर नाही काय? तारुण्याच्या उंबरठ्यावर उभ्या असलेल्या मुलामुलींचा विश्वास संपादन करून आईबापांनी त्यांच्या अस्फुट प्रणयवृत्ताचे मार्गदर्शन करायला नको काय? आता स्त्री दास्यमुक्त होत आहे, घराबाहेर पडत आहे. महायुद्धाच्या धरणीकंपाने किती तरी जुनी मूल्ये गडगडून ढासळून पडली आहेत. जिकडे-तिकडे आर्थिक समतेचे, सामाजिक क्रांतीचे आणि व्यक्तीच्या नैसर्गिक हक्कांचे नगारे वाजत आहेत. संततिनियमनाच्या ज्ञानाचा हळूहळू समाजाच्या मधल्या थरांतसुद्धा प्रसार होत आहे. शिक्षणाच्या, नोकरीच्या आणि उद्योगधंद्याच्या निमित्ताने स्त्री-पुरुषांचा अधिक निकट संबंध येत आहे. अशा परिस्थितीत अंधपणाने शिळ्या सामाजिक संकेतांचा आणि निर्जीव नाटकी नीतीचा उदोउदो करीत बसण्याने, एम. ए. झालेल्या वीस-बावीस वर्षांच्या मुलींचे कन्यादान करण्याचे नाटक केल्याने आणि पंचवीस वर्षांच्या मुलाच्या नाकात वेसण घालून त्याला कसेबसे बोहल्यावर चढविल्याने, सामाजिक दु:खे कमी होतील की वाढतील?

'पहिले प्रेम' हे या सामाजिक बजबजपुरीतूनच निर्माण झालेले एक दु:ख आहे. समाजाचा सनातनीपणा, पालकांचा भित्रेपणा आणि तरुणांचा दुबळेपणा ही एकत्रित आली, म्हणजे पहिल्या प्रेमाला आपला मायाबाजार थाटायची संधी मिळते. असल्या बाजारात पितळ सोन्यासारखे दिसते. सरळ अंत:करणापेक्षा धनुष्याकृती भुवयाच तरुण मनाला अधिक मोहक वाटू लागतात. अतृप्त कुतूहलातून, अवरुद्ध भावनांतून आणि अविकसित मनोवृत्तीतून उदय पावणारे दोन दिवसांचे प्रीतिपुष्प हे नंदनवनातल्या पारिजातकावरले अमर फूल आहे, असा भास उत्पन्न होतो. याचा अर्थ, प्रत्येक पहिले प्रेम उथळ, चंचल आणि आत्मवंचक असतेच, असा मात्र मुळीच नाही. काव्यात्म, ध्येयवादी आणि भावनाशील अशी हृदये असतात, त्यांच्या पहिल्या प्रेमातही अपूर्व आर्तता व असीम उत्कटता असते. पण अशी माणसे समाजात नेहमीच थोडी असतात.

सर्वसामान्य माणसाला जगातले सौंदर्य जाणवत नाही, असे नाही. पण त्याचे त्याच्या मनावर होणारे भावनात्मक संस्कार इतके अंधूक असतात आणि त्याच्या चिमुकल्या कल्पनेच्या पंखांत इतकी थोडी शक्ती असते की, त्या अनुभूतीचे त्याच्या हातून काव्यात कधीच रूपांतर होत नाही. त्याच्या प्रीतीलाही हाच नियम लागू आहे. पण वाङ्मयात सामान्य माणसाचे प्रेम सहसा चित्रित केले जातच नाही. रॉबर्ट लिंडने एके ठिकाणी म्हटले आहे, 'Literature like Journalism is not mainly a chronicle of the impeccable lives of impeccable men, but turns for its subject rather to what in human destiny is symbolized by war, earth-quake, storm and shipwreck. (नाकासमोर जाणाऱ्या सरळ, साध्या माणसाच्या जीवनक्रमाचे चित्रण जसे तुम्हाला वृत्तपत्रांत आढळणार नाही, तसेच ते ललितवाङ्मयातही प्रामुख्याने प्रतिबिंबित होणार नाही. मानवी जीवनातली युद्धे, भूकंप आणि वादळे हे असल्या वाङ्मयाचे मुख्य विषय असतात.) 'लिंड'चा हा सिद्धांत निरपवाद नसला, तरी वाङ्मयातल्याच प्रीतीच्या चित्रणाच्या बाबतीत तो बव्हंशी सत्य आहे. प्रत्यक्ष आयुष्यात प्रीतीच्या मार्गावर पारिजातकाची पुष्पे पसरलेली असावीत, असे आपण म्हणत असतो. पण गमतीची गोष्ट ही की, वाङ्मयात मात्र मार्गावरल्या काट्याकुट्यांनी पदोपदी रक्तबंबाळ होणारी प्रीतीची मूर्तीच आपल्याला अधिक मनोहर वाटते. शेवटी मनुष्याला जगात जो अनुभव येतो, त्यात फुलेही नसतात आणि काटेही नसतात. सामान्य मनुष्याच्या प्रीतिमार्गावर फक्त खडे असतात. ते त्याला मधून मधून चांगलेच बोचतात. त्या दुःखाने प्रसंगी तो अगदी रडकुंडीला येतो. पण त्याच वेळी कुठून तरी येणाऱ्या शीतल वायुलहरी त्याचा शीण नाहीसा करून त्याला उल्हसित करीत असतात. तो पुन्हा शीळ घालीत पुढे चालू लागतो.

या साऱ्या गोष्टी लक्षात घेऊनच, युवयुवतींचे पहिले प्रेम स्वप्नाळू असण्याचाच अधिक संभव असतो, अविवेकी माणसे ज्याप्रमाणे संकटाच्या काट्याचा नायटा करतात, त्याप्रमाणे अननुभवी तरुण-तरुणी पहिल्या प्रेमभंगाला अवास्तव महत्त्व देऊन दुःखी होतात, असे मी प्रतिपादन करीत आलो आहे. माझे हे मत ज्यांना एकांगी वाटत असेल, त्यांना 'सेंट जॉन हँकिन' या नाटककाराचे 'The Cassili's Engagement' हे नाटक वाचण्याची मी शिफारस करतो. या नाटकात उच्च वर्गातल्या एका युवकाची एका खालच्या वर्गातल्या एका मुलीशी ओळख होऊन त्यांचे प्रेम जमते. तिच्याशी लग्न करण्याचा मनोदय तो आपल्या आईला सांगतो, तेव्हा ती मुळीच विरोध करीत नाही. तिला हे लग्न पसंत असते, असे नाही. पण स्वभावतः दुर्बळ असलेल्या गोष्टी

विरोधाने सबळ होतात हे व्यावहारिक सत्य तिला पुरेपूर पटलेले असते. ती आपली नापसंती कोणत्याही रीतीने व्यक्त करीत नाही. उलट, आपल्या भावी सुनेला आणि तिच्या आईला आपल्या घरी चार दिवस राहायला घेऊन येण्याविषयी ती मुलाला आग्रह करते. पडद्यावर दिसणारी नटी एखाद्या सभेला शेजारच्या खुर्चीवर येऊन बसली, म्हणजे तिच्या सौंदर्याविषयीचा आपला भ्रम क्षणार्धात नाहीसा होतो ना? तसा या चार दिवसांत त्या तरुणाला अनुभव येतो. तो आपल्या संस्कृतींत, स्वभावांत, आचारविचारांत, आवडीनिवडींत आणि सुखाच्या कल्पनांत केवढे मोठे अंतर आहे, याची पूर्वीच्या घटका-दोन घटकांच्या एकान्तातल्या गाठीभेटींत आणि क्षणभर वस्तुस्थितीचा विसर पाडणाऱ्या उन्मादक चुंबनांत जाणीव होणे शक्य नव्हते. ती जाणीव या एकत्र राहण्याने निर्माण होते. लगेच पहिल्या प्रेमाचा भाव, आपण मानतो तितका स्थिर नसतो, हे त्यांना कळून चुकते. चार दिवसांत त्यांच्यांतला त्रेसष्टाचा आकडा खाडकन छत्तिसापर्यंत उतरतो. त्या वेळचा त्या दोघांचा हा छोटासाच संवाद पाहा :

जॉफ्रे : एथेल, माझं तुझ्यावर खरंखुरं प्रेम होतं.

एथेल : अस्सं? मोठी नवलाची गोष्ट आहे ही!

जॉफ्रे : मी तुझ्यावर मनःपूर्वक प्रेम करीत होतो, हे तुलासुद्धा कबूल करावं लागेल.

एथेल : आपण प्रेम करीत आहो, असं तुला वाटत होतं, हे मी कबूल करते.

पण प्रेम आहे असं वाटणं आणि प्रेम असणं या दोन्ही गोष्टींत फार अंतर आहे. प्रत्येक पुरुषाला पुष्कळ मुलींविषयी अशी क्षणिक आपुलकी वाटत असते! आणि असं असूनही मनुष्य आयुष्यात खरं प्रेम एकदाच करू शकतो, असंच जग म्हणत राहतं.

मी तरी यापेक्षा निराळे असे काय सांगत आलो आहे? मनुष्य हा स्वभावतः स्वप्नात गुंग होऊन जाणारा प्राणी आहे, हे मी अमान्य करीत नाही.त्याबद्दल मी त्याला दोषही देत नाही. मात्र सुंदर पण क्षणभंगुर स्वप्ने ही माणसाची चिरंतन ध्येये होऊ शकत नाहीत, या गोष्टीचा त्याने स्वतःला विसर पडू देऊ नये, एवढेच या बाबतीत माझे म्हणणे आहे.

वि. स. खांडेकर

८-९-४७
कोल्हापूर

एक

स्नानगृहात उनउनीत पाण्याचा तांब्यामागून तांब्या अंगावर ओतताना मला मनस्वी आनंद होत होता. तिन्ही बादल्यांतले पाणी संपले, तेव्हा एखाद्या लहान मुलासारखा मी हिरमुसला झालो. टॉवेलने अंग पुसता पुसता माझ्या मनात आले – पाणी पाहिले की मनुष्याचे बाळपण परत येते, हेच खरे! त्याला पाण्याशी खेळत राहावेसे वाटते! आमच्या संस्कृत कवींनी पाण्याला 'जीवन' हे नाव दिले, ते उगीच नाही.

पण स्नानगृहाच्या दाराची कडी मी काढली मात्र– पाण्याविषयीचे संस्कृत कवींचे मत पूर्णपणे चुकीचे आहे, असे कर्कश स्वराने ओरडून सांगत सोसाट्याचा वारा आत शिरला. शेतातून धावणाऱ्या गुराने जाताजाता भाताची लोंबरे तोडावीत, त्याप्रमाणे तो अंगाला झोंबणारा वारा पावसाचे पुष्कळसे पाणी बरोबर घेऊन आला होता. ऊनऊन पाण्याने सुखावलेल्या माझ्या अंगावर ते थंडगार तुषार पडताच काटा उभा राहिला.

मी बाहेर पाहिले.

पावसाने नुसते थैमान मांडले होते. एक सर संपली न संपली, तोच दुसरी कोसळत होती. अंधारलेले आकाश पाहून खवळलेल्या समुद्राचाच भास झाला! आणि पावसाच्या सरी या त्या समुद्रावर उठणाऱ्या उत्तुंग लाटाच नव्हत्या का!

गॅलरीत उभे राहून मुसळधार पावसाच्या त्या रम्यभीषण दृश्याकडे पाहताना मात्र क्षणभर माझे मन हरपले. एखाद्या भव्य सभागृहातले असंख्य पंखे गरगर फिरत राहावेत, त्याप्रमाणे माझ्या दृष्टिपथात येणाऱ्या झाडांचे शेंडे हलत होते. घरावरल्या पन्हाळांतून खळखळ वाहणारे पाणी शाळा सुटताच बाहेर धावत येणाऱ्या बालकांच्या मेळाव्याची आठवण करून देत होते. रस्त्यातून कुणी तरी माणूस जात होता, पण आपली छत्री संभाळता संभाळता त्याची जी तिरपीट उडत होती –

हे दृश्य पाहून मी हसणार होतो, पण इतक्यात मला बाबासाहेबांची आठवण झाली. मागल्या रविवारी अजयच्या लांबणीवर पडलेल्या वाढदिवसाला ते येऊ शकले नाहीत, म्हणून आज त्यांना मुद्दाम बोलावले आपण. रविवार असल्यामुळे मौजेने चार घटका गप्पागोष्टी करायला मिळतील, या आनंदात मी दंग होतो. पण आज कोणता वार आहे, हे पाहून मग पाऊस पडू लागतो, असे थोडेच आहे!

गेल्या रविवारी ताप आल्यामुळे बाबासाहेब येऊ शकले नव्हते. अजून काही त्यांची प्रकृती पुरी सुधारली नव्हती. वारा लागून पुन्हा ताप उलटण्याचाच संभव आहे, असे त्यांच्या मनात आले, तर?

आज बाबासाहेब आले नाहीत, तर फार विरस होईल. गेल्या रविवारी वाढदिवसाला पन्नास माणसे जमली होती खरी; पण बाबासाहेब नसल्यामुळे त्या समारंभात आम्हा दोघांना पदोपदी चुकल्यासारखे होत होते.

बाबासाहेबांच्याविषयी मला इतकी आपुलकी वाटण्याचे कारणही तसेच होते. साधे 'हायकोर्ट प्लीडर' असून गेल्या वीस वर्षांत त्यांनी वकिलांतला आपला पहिला नंबर कधी सोडला नव्हता. ही गोष्ट जशी त्यांच्या बुद्धीला भूषणावह होती, तसे नव्या वकिलांना हाताशी धरून पुढे आणण्यात व्यक्त होणारे त्यांचे औदार्यही त्यांच्या मोठेपणात भर घालणारे होते.

मी पहिलीच केस हरलो, तेव्हा अगदी निराश होऊन गेलो होतो. मुंबईला मुकाट्याने निघून जावे नि मास्तर व्हावे, या कल्पनेने त्या वेळी मला विलक्षण पछाडले होते. पण बाबासाहेबांनी मला धीर दिला. त्या केसमध्ये माझ्या हातून झालेल्या चुका त्यांनी सौम्य शब्दांनी मला दाखविल्या व शेवटी उपदेश केला –

"जगणं म्हणजे झोपाळ्यावर बसून झोके घेणं नव्हे. जीवन हे वादळातून होडी हाकारण्यासारखं आहे!"

त्यांच्या वाक्यानेच मला प्रथम यशस्वी वकील केले होते, नंतर प्रेमळ पत्नी मिळवून दिली होती!

या वाक्याची आठवण होऊन माझ्या मनात आले, बाबासाहेब या मुसळधार पावसाला भिऊन येणार नाहीत, ही आपली शंका अगदी निराधार आहे.

पाऊस थोडासा ओसरला होता. कुठून तरी दोन चिमण्या पंख फडफडावीत आल्या. गॅलरीच्या कोपऱ्याला त्या आसरा शोधू लागल्या. त्यातली एक लाकडाच्या लहानशा खाचेत पुटकन जाऊन बसली, दुसरीने क्षणभर तिथेच फडफड केली नि ती पुन्हा सुरू झालेल्या पावसातून भिजत भिजत कुठे दूर उडून गेली.

बाबासाहेबांची वाट पाहत मी गॅलरीत तसाच उभा राहिलो. समोरच्या बैठ्या घरातून एक हाडकुळी बाई कमरेवर कळशी घेऊन भिजतच पाणी आणायला गेलेली मला दिसली. घरात अरुणेने ग्रामोफोन लावला होता. त्याचे सूर मला ऐकू

येऊ लागले –

"कहाँ गया बचपनका प्यारा सपना!"

का, कुणाला ठाऊक, माझे मन उगीचच अस्वस्थ झाले!

पोस्टमन दारात दिसला, तेव्हा डोक्यावरला एखादा भार उतरावा, तसे झाले मला, बाबासाहेब येईपर्यंत वेळ घालावायला काही तरी साधन मिळाले!

दैनिकातल्या ठिकठिकाणच्या पावसाच्या बातम्या मी मोठ्या आनंदाने वाचल्या. आजच्या पावसाच्या त्रासात हजारो लोक आपले भागीदार आहेत, या कल्पनेने मला बहुधा बरे वाटत असावे.

पावसाच्या बातम्यांखालील हवामान खात्याने वादळाची सूचना दिली होती.

वाचता वाचता माझी नजर त्या वृत्ताच्या खालच्या बाजूला गेली.

...आणि सृष्टीतले कुठलेही वादळ ज्याची बरोबरी करू शकणार नाही, असे विलक्षण वादळ माझ्या मनात उत्पन्न झाले. क्षणभर मी अगदी सुन्न झालो. अंधारात विजेचा दिवा लावायला जावे आणि वर झाकण नसल्यामुळे हाताला एकदम विलक्षण धक्का बसावा, तसे झाले मला.

आरामखुर्चीत अंग टाकून मी डोळे झाकून घेतले. मला भास झाला – आपण वर्तमानपत्रात काही तरी भलतेच वाचले.

झटकन वर्तमानपत्र उघडून त्या मघाच्या बातमीवरून मी पुन्हा दृष्टी फिरविली. मी वाचलेले अक्षर नि अक्षर तिथे होते –

कु. करुणा दांडेकर, बी.ए., बी.टी. यांचा विवाह

जाड अक्षरांतल्या या बातमीखाली करुणेने आपल्याच शाळेतील ड्रॉईंग मास्तराशी लग्न केल्याची हकीकत होती.

हातांतल्या वर्तमानपत्राचा चोळा-मोळा करून मी ते फेकून दिले.

मिटलेल्या डोळ्यांपुढे भूतकालातला एक प्रसंग उभा राहिला.

बी. ए. च्या वर्गात असताना करुणा नि मी फिरायला गेलो होतो. आंब्याच्या झाडावर नुकत्या कुठे कैऱ्या दिसू लागल्या होत्या. त्या पाहून करुणेच्या तोंडाला पाणी सुटले. मी झाडावर चढून दोन-तीन कैऱ्या काढल्या. कैरीला लावायला मीठ मिळणे काही शक्य नव्हते, तेव्हा ती कितपत आंबट आहे, हे पाहण्याकरिता मी एक फोड उष्टावून पाहिली. न कळत करुणेने तीच उचलली आणि तोंडाला लावली. आपली चूक लक्षात येताच ती लाजेने इतकी लाल झाली की, मी तिला म्हणालो,

"तुझं नाव ठेवताना काही तरी चूक झालीय!"

ती माझ्याकडे टकमक पाहू लागली.

मी म्हटले, "तुझ्या नावात 'क' चुकून आलाय; तिथं 'अ' हवा होता!"

"माझं नाव 'अरुणा' असायला हवं होतं?"

"हं!"

"मग तुमचंही नाव दुसरंच हवं होतं!"

"का? देवदत्त हे नाव काही वाईट नाही!"

"छे:! त्यापेक्षा दिवाकर हे नाव किती चांगलं आहे!"

अरुणा आणि दिवाकर!

करुणा, करुणाच राहिली; अर्थात देवदत्ताचाही दिवाकर झाला नाही. त्या वेळी मी थट्टेने करुणेला अरुणा हे नाव ठेवले आणि पुढे तिने जेव्हा माझ्या लग्नाच्या मागणीला नकार दिला, तेव्हा मी तिला किती नावे ठेवली, याची गणतीच करता येणार नाही.

माझ्यापेक्षा अधिक हुशार किंवा अधिक श्रीमंत असा एखादा मनुष्य तिचा मित्र असता, तर तिला या नकाराचा अर्थ तरी कळला असता; पण माझ्या विषयी अत्यंत आदर दाखवून 'मला लग्न करावंसं वाटतच नाही!' हे उत्तर तिने मला जेव्हा दिले, तेव्हा मला वाटले, बायका फार लहरी असतात, हेच खरे!

"बरं वाटत नाही का आज?" या पत्नीच्या प्रश्नाने मी या तंद्रीतून जागा झालो. तिच्याकडे पाहताच मनात नुकत्याच येऊन गेलेल्या विचाराची लाज वाटली मला! 'बायका फार लहरी असतात!' छे: गेल्या चार-पाच वर्षांचा माझा संसाराचा अनुभव म्हणत होता – बायका फार विचारी असतात! बाबासाहेबांचा शब्द मोडणे अशक्य होते, म्हणून मी या लग्नाला कबूल झालो होतो. लग्नानंतर किती तरी दिवस मी पत्नीशी थोडासा तुसडेपणानेच वागत असे! जणू काही करुणेची जागा बळकावून तिने माझा अक्षम्य अपराध केला आहे!

पण तिच्या उत्कट प्रेमाने माझ्या मनावर लवकरच विजय मिळविला. करुणेच्या कल्पनारम्य मूर्तीपेक्षा पत्नीची भावसुंदर आकृतीच माझ्या मनात अधिक ठसली. अलीकडे तर मासिकांतल्या प्रेमकथा वाचतानाच काय ती मला करुणेची आठवण होई नि तीही पुसट झालेल्या फोटोसारखी असे. मनाला चटका लावण्याचे सामर्थ्य त्या स्मृतीत बिलकूल नव्हते!

आज या बातमीने मात्र....

बाबासाहेबांची मोटार वाजल्यामुळे मी जागेवरून उठलो.

जेवणावर माझे लक्ष नाही, हे माझ्या पत्नीच्या चटकन लक्षात आले, अशा बाबतीत बायकांची नजर सूक्ष्मदर्शक यंत्रापेक्षाही तीक्ष्ण असते, नाही का?

"काय होतंय आज?" तिने प्रश्न केला.

बाबासाहेबांनीही वळून पाहिले. ताटातले काही पदार्थ मी अजून उष्टावलेसुद्धा नव्हते. मला काही तरी होत होते. पण ते काही तरी पत्नीला सांगणे अशक्य होते.

'लग्न करावंसं वाटत नाही मला!' असे मला उत्तर देणाऱ्या करुणेने एका ड्रॉईंग मास्तराशी लग्न करावे? त्या वेळी पुढे वकील होणारा नवरा तिला नको झाला होता, आणि आज...? लग्न करण्यासारखे असे काय पाहिले तिने त्या ड्रॉईंग मास्तरात?

प्रेमळ पत्नी, पाळण्यातला चिमणा अजय, वडील भाऊ शोभणारे बाबासाहेब या सर्वांकडे दुर्लक्ष करून माझे मन करुणेभोवती पिंगा घालीत होते. मनात आले, अस्सेच्या अस्से जावे आणि जन्मभर मनात सतत राहतील, असे कटु शब्द करुणेला ऐकवून परत यावे.

सुपारी तोंडात टाकता टाकता बाबासाहेबांनी 'काय होतंय तुम्हाला!' म्हणून प्रश्न केला. माझ्या मनात अधिकच काहिली होऊ लागली. लग्नाच्या आधी माझ्या पूर्वायुष्यात करुणा येऊन गेली आहे, असे मी त्यांना सांगितले होते. त्या वेळी माझे मन वळविताना त्यांनी आपल्या आवडत्या वाक्याचाच उच्चार केला होता –

"जगणं म्हणजे वादळातून होडी हाकारणं!"

आपल्या मनातले प्रेमाचे वादळ मागे पडले, अशा समजुतीने मी त्या वेळी लग्नाला तयार झालो. पण मघाशी वर्तमानपत्रातली ती बातमी वाचताच ते वादळ घोंघावत परत आले. बाबासाहेबांपासून ती बातमी चोरून ठेवण्यात काहीच अर्थ नव्हता. मी त्यांच्या हातात चोळामोळा केलेला वर्तमानपत्राचा तो अंक दिला.

ते 'टिन्स्टिन' विषयीची बातमी वाचू लागले, तेव्हा असा राग आला मला त्यांचा!

करुणेच्या लग्नाच्या बातमीवर बोट ठेवीत मी म्हटले,

"हे वाचा!"

ती बातमी वाचून त्यांनी शांतपणे माझ्याकडे पाहिले. क्षणभर थांबून ते हसले व म्हणाले,

"कॉलेजमध्ये तुमच्याबरोबर होती, ती करुणा हीच, वाटतं?"

मी मानेने 'हो' म्हटलं.

"तुम्ही तिला आनंददर्शक पत्र पाठवायला हवं!"

मला वाटले – प्रौढ माणसे ही वठलेल्या झाडांसारखी असतात. कोमल कल्पनांची पालवी त्यांच्या मनात कधी उमलत नसावी!

बाबासाहेब पुढे म्हणाले, "एका साध्या मुलीशी लग्न करून तुम्ही सुखी झालाच की नाही? करुणाही तशीच सुखी होईल."

मी सुखी झालो, हे बाबासाहेबांचे म्हणणे खोटे नव्हते; पण मी सर्वस्वी सुखी होतो का? छे:! करुणेच्या लग्नाची बातमी वाचताच खपली धरलेली जखम एकदम वाहू लागावी, तशी माझ्या मनाची स्थिती झाली होती.

मी बाबासाहेबांना म्हटले, "पहिलं प्रेम हा एक ज्वालामुखी आहे! तो शांत झालासा वाटला, तरी पुन्हा केव्हा पेटेल, याचा नेम नसतो!"

बाबासाहेब शांतपणाने म्हणाले,

“तुमच्याइतका मी काही काव्याचा शौकी नाही; पण मला वाटतं, पहिलं प्रेम हे आयुष्यातलं एक वादळ आहे. वादळात सापडलेला मनुष्य... अगदी जवळ असलेल्या मनुष्याच्या गळ्यात पडतो ना? पहिल्या प्रेमातही तसंच होतं!”

बाबासाहेबांनी केलेली प्रीतीसारख्या दिव्य भावनेची ही चिरफाड मला बिलकूल मान्य झाली नाही, हे माझ्या मुद्रेवर प्रतिबिंबित झाले असावे.

माझ्याकडे रोखून पाहत ते म्हणाले,

“मी म्हणतो, यात थोडं तरी सत्य आहे, हे तुम्हीसुद्धा कबूल कराल! आज नाही – आणखी दहा वर्षांनी! ऐन विशीत तुमच्याहूनही वेडा होतो मी या बाबतीत! पण प्रेम म्हणजे काय, याविषयी त्या वेळी मी नुसत्या कल्पना करीत होतो. आज ते काय आहे, हे मी अनुभवानं सांगू शकतो.”

बाबासाहेबांच्या बोलण्याने माझ्या मनात एक प्रकारचे विचित्र कुतूहल उत्पन्न झाले. बाबासाहेबांविषयी उभ्या गावात आदर होता. त्यांच्या शीलाविषयीही कुणाला शंका नव्हती. त्यामुळे त्यांचा प्रेमाविषयक अनुभव काय असावा, याची मला कल्पनाच करता येईना! जुन्या पद्धतीने झालेल्या आपल्या लग्नाचेच वर्णन करण्याचा तर त्यांचा विचार नसेल ना?

माझ्याकडे सौम्य दृष्टीने पाहत बाबासाहेब म्हणाले –

“माझा अनुभव तुम्हाला सांगतो. असल्या गोष्टी वडीलमाणसांनी तरुणांना किंबहुना बरोबरीच्या माणसांनी आपल्या स्नेह्यांना सांगण्याची आपल्या समाजात पद्धतच नाही; पण त्यामुळं फायद्यापेक्षा तोटाच अधिक होतो! तरुण पिढीच्या विचारांचं पोषण स्वप्नांनीच होऊ लागतं! कुठला तरी लहानसा धक्का लागला की, ही स्वप्नं भंगून जातात आणि आयुष्याची खरी कल्पना नसल्यामुळं स्वप्नांचे तुकडे जुळविण्यातच त्यांना आनंद वाटू लागतो. पण फुटलेल्या पेल्याचे तुकडे सांधून त्यातून कुणी पाणी पिऊ शकेल का?”

बाबासाहेब बोलण्याच्या रंगात आले होते, पण मला त्यांचे सिद्धान्त नको होते, अनुभव हवा होता.

माझ्या मुद्रेवरला अस्वस्थपणा लक्षात येताच ते म्हणाले,

‘मी डॉक्टर होणार होतो, हे ठाऊक आहे का तुम्हाला?”

“डॉक्टर!” एवढाच आश्चर्याचा उद्गार माझ्या तोंडून निघून गेला. बाबासाहेब वकिलीच्या धंद्यात इतके रमून गेले होते की, ते हौसेने वकील झाले असावेत, असे आम्हा सर्वांना नेहमी वाटत असे.

माझ्या मुद्रेवरले आश्चर्य पाहून ते म्हणाले,

"डॉक्टरीच्या दिशेनं मी होडी हाकारीत होतो, पण मधेच एक वादळ आलं. होडी कुठल्या कुठं वाहत गेली. तिथून वकिलीचा किनारा जवळ दिसला, तोच गाठला, झालं!''

वादळ!

'प्रेम हे एक वादळ आहे,' असे बाबासाहेब मघाशीच म्हणाले होते. ते पुढे काय बोलतात, ते ऐकायला मी अतिशय उत्सुक झालो. बाबसाहेब सांगू लागले,

"माझे वडील मी इंग्रजी चवथीत असतानाच वारले. माझ्या मावशीचं घर होतं इथं. तिचे यजमान मोठे वकील होते. आई बहिणीच्या आश्रयाला आली; पण मी मॅट्रिक होऊन कॉलेजात जायच्या सुमाराला दोघीही बहिणी सहा महिन्यांच्या अंतरानं वारल्या. वकिलांनी लवकरच दुसरं लग्न केलं. मात्र माझ्या वडिलांनी ठेवलेल्या पैशाची व्यवस्था पाहून मला डॉक्टर करायचं त्यांनी आपल्या पहिल्या बायकोला जे वचन दिलं होतं, त्याला ते जागले.

"कॉलेजमध्ये त्यांच्याकडून मला वेळेवर पैसे येत. मीही परीक्षा पास होत होतो. पण सुटीत घरी आलो की, माझा जीव कसा कोंडल्यासारख्या होई. वकीलसाहेब सर्वस्वी नव्या बायकोच्या मुठीत. त्या बाईसाहेबांना माझ्याशी बोलणंसुद्धा जड वाटे. बायकांना सवतीचं कुत्रंसुद्धा सहन होत नाही, म्हणतात! नि मी तर तिच्या सवतीचा भाचा होतो!''

बाबासाहेबांच्या या विनोदात हसण्यासारखं काही नव्हतं. पण ते हसले, तेव्हा मलाही हसावेच लागले. मी त्यांच्याकडे निरखून पाहिले. पुढला भाग कसा सांगावा, याची मनात जुळवाजुळव करीत असावेत ते!

क्षणभर थांबून ते म्हणाले,

"उन्हाळ्यात कितीही पाणी प्यालं, तरी माणसाला शोष पडतो, नाही का? तशी विशीतल्या वयात माणसाच्या मनाला तहान लागते. स्नेही-सोबती, मित्र-मैत्रिणी यांच्याशी एकसारखं बोलावं, खेळावं, हसावं, असं वाटतं त्याला. पण घरात माझी ही तहान भागवणारं कुणीच नव्हतं. त्या वेळी इथनं कॉलेजात जाणारी मुलं फार थोडी असत. बाहेर फारसे मित्र नाहीत, घरात कुणी मायेचं माणूस नाही, अशी कुचंबणा झाली होती माझी! त्याच वेळी एक नवी स्वयंपाकीणबाई आमच्या घरात आली. तिच्याबरोबर सोळा-सतरा वर्षांची तिची मुलगीही होती! ती मुलगी हौसेनं माझी कामं करू लागली. धोतराच्या निऱ्या करून ते न्हाणीघरात ठेवायचं, जेवल्यावर सुपारीची वाटी पुढं करायची, मला फुलं आवडतात म्हणून टेबलावर आठवणीनं ती आणून ठेवायची – साध्याच गोष्टी होत्या त्यापण त्यामुळं मला तिच्याविषयी आपुलकी वाटू लागली.

"मेडिकल कॉलेजमधलं चौथं वर्ष होतं ते माझं. सुटी संपायला एक आठवडा

होता. त्या मुलीला एकदम ताप भरला. तो टायफॉइड ठरला. तिच्या शुश्रूषेकरता मी राहिलो. एका स्वयंपाकिणीच्या मुलीसाठी मी कॉलेज बुडवावं, हे घरात कुणालाच आवडत नव्हतं; पण त्या वयात कुणावर तरी प्रेम केल्याशिवाय मनुष्याला चैनच पडत नाही! तिच्या बिछान्याजवळ बसून जागरण करताना किती विलक्षण आनंद होई मला! माझ्याकडे पाहताना तिचे खोल गेलेले डोळे अश्रुंनी भरून येत. ते अश्रू पाहिले, म्हणजे माझ्या सर्व श्रमांचं सार्थक झालं, असं मला वाटे!''

''पुढे?'' बाबासाहेब गोष्ट फार सावकाश सांगताहेत, असे वाटून मी मध्येच प्रश्न केला.

ते हसून म्हणाले,

''पुढे जे व्हायचं, तेच झालं. ती टायफॉइडमधून उठली नि मी अंथरूण धरलं. एकूणपन्नास दिवस मला ताप आला, पण तिनं न कंटाळता माझी शुश्रूषा केली. तापाच्या ग्लानीतून मधूनच डोळे उघडून मी पाहत असे. त्या वेळी अंथरुणाजवळ बसलेली ती मुग्ध बालिका पाहिली की, किती तरी कोमल भावना माझ्या मनात डोकावून जात.

''आजारामुळं माझं ते वर्ष बुडालं, त्यामुळं बरं वाटू लागल्यावरही मी घरीच राहिलो. आम्हा दोघांमधला परकेपणा आजारात सर्वस्वी नाहीसा झाला होता. माझ्याशी बोलताना आपण एक स्वयंपाकिणीची मुलगी आहो, ही गोष्ट ती विसरून जात असे आणि तिच्या सहवासात आपल्याला डॉक्टर व्हायचंय, या गोष्टीची मलाही आठवण होत नसे.

''आम्ही दोघांनी मर्यादेचा अतिक्रम कधीही केला नाही; पण प्रेम काय स्पर्शानंच व्यक्त होतं? ते साध्या कटाक्षांतून सुद्धा व्यक्त होऊ शकतं!

''तिच्याशिवाय मला करमेनासं झालं. माझं अभ्यासावरलं लक्ष उडालं. पण पुढं मी कॉलेजात गेल्यावर तिच्या आईनं अचानक तिचं लग्न उरकून टाकलं.''

क्षणभर स्तब्ध राहून बाबासाहेब हसत म्हणाले,

''त्या लग्नाच्या बातमीनं किती बैचेन होऊन गेलो होतो मी! कादंबऱ्या वाचीत जागरणं करायची, वेळीअवेळी चहा ढोसायचा, असं माझं आयुष्य सुरू झालं. टायफॉइडनंतर माझी प्रकृती फारशी सुधारली नव्हतीच. मी पुन्हा आजारी पडलो, डॉक्टरांनी ॲनिमिया ठरवून मला गावी पाठवून दिलं. तिथं त्या मुलीच्या आठवणीनं माझा आजार अधिक वाढेल, असं मला वाटलं होतं! पण....''

''पण काय?''

''मावशीचे यजमान एकदा रागानं बोलले मला. 'डॉक्टरी दूर राहिली; पण बसल्या बसल्या हायकोर्ट प्लीडरची परीक्षा देऊन मला मदत करण्याची गोष्टसुद्धा तुझ्या हातून व्हायची नाही.' असं ते म्हणाले! त्यांचे शब्द अगदी जिव्हारी झोंबले

माझ्या! दुसऱ्या दिवशी मी वकिलीच्या अभ्यासाला सुरुवात केली....''

वाक्य मध्येच सोडून बाबासाहेब खुर्चीवरून उठले नि गॅलरीत जाऊन म्हणाले,
''आभाळ छान निवळलंय हं!''

''ती मुलगी पुन्हा भेटली का कधी तुम्हांला?'' मी जवळ जाऊन प्रश्न केला.

''खूप वर्षांनी परवा दिसली!''

''कुठं?''

''एका खेड्यात केसमधील जमीन पाहायला गेलो होतो मी तिथं माझी
जेवणाची सोय एका भिक्षुकाच्या घरी केली होती. पानावरनं उठेपर्यंत मला वाढणारी
बाई ही ती मुलगी आहे, हे कळलंच नाही मला. तिनं मला ओळख दिली, म्हणून
बरं. नाही तर....''

''तिला ओळखलं नाही तुम्ही?''

समोरच्या बैठ्या घरातली हाडकुळी बाई मुलांना आचवायला घेऊन दाराबाहेर
आली,तिच्याकडे बोट दाखवीत बाबासाहेब म्हणाले, ''हिच्यासारखी दिसत होती
ती! तेव्हा ओळखणार कसं?''

क्षणभर थांबून ते हसत म्हणाले,

''वादळात दोन होड्यांची योगायोगानं गाठ पडावी, तशी माणसाच्या पहिल्या
प्रेमाची स्थिती असते! वादळ संपलं की, त्या होड्या आपआपल्या निवाऱ्याच्या
जागी जातात. कित्येकदा त्या जागा एकमेकांपासून फार फार दूर असतात! त्याला
कोण काय करणार?''

बाहेर एकदम उन्हाची तिरीप चमकली. बाबासाहेबांच्या बोलण्यातूनही प्रत्येक
मनुष्याच्या अनुभवाला येणाऱ्या सत्याचा एक किरण चमकत आहे, असा मला
भास झाला.

बाबासाहेबांना मोटारीपर्यंत पोहोचवायला मी खाली गेलो, तरी पत्नीने लावलेल्या
'कहाँ गया बचपन का प्यारा सपना' गाण्याचे सूर माझ्या कानांवर पडत होते.

मी मनात म्हटले....

'बाबासाहेब गेले की धावतच वर जायचे, तिला 'अरुणा' म्हणून हाक
मारायची आणि 'एक बंगला बने न्यारा' हे गाणं लाव, असा हुकूम सोडायचा!''

जिना चढता चढता ऐकू येऊ लागलेल्या सुरांकडे मी लक्ष दिले. गाणे गात
होते :

दुनिया रंग रंगीली, बाबा....
दुनिया रंग रंगीली...

दोन

मी कशाने जागा झालो, ते मला नीटसे कळेना. प्रथम वाटले, पाळणा वाजला असावा.

पाळण्यापाशी जाऊन पाहिले. अजयमहाराज स्वस्थ झोपले होते. विद्युद्दीपाच्या निळसर, सौम्य प्रकाशात पाळणा एखाद्या लताकुंजासारखा दिसत होता. रात्रीच्या प्रहरी वनदेवता खेळ खेळून दमल्या की, कुंजात विश्रांती घेतात, असे म्हणतात. अजयकडे पाहता पाहता मला वाटले. वनदेवतांत व बालकांत काय अंतर आहे? नाचायचे, बागडायचे आणि खेळायचे, फुलांशी गुजगोष्टी करायच्या, दोघांनाही जीवन म्हणजे क्रीडा वाटत असावी. आयुष्यात क्रीडेपेक्षा कष्टच अधिक असतात, हे त्यांना कळणार तरी कशाने?

माझे मलाच हसू आले. आयुष्यात क्रीडेपेक्षा कष्ट अधिक असतात, हे खरे असेल अथवा नसेल; पण हा सिद्धांत सांगण्याचा मला काय अधिकार होता? वडिलांनी मिळवून ठेवलेल्या पैशावर मी वकील झालो. बाबासाहेबांसारख्यांनी हात दिल्यामुळे वकिलीत माझे पाऊल पुढे पडले. पत्नीच्या प्रेमळपणामुळे गेली पाच वर्षे केव्हा गेली, याचा पत्ताही लागला नाही आणि अजय झाल्यापासून तर जणू काही माझे बालपण परत आले! पुरुषांचे वय त्यांच्यावर प्रेम करणाऱ्या स्त्रीच्या वयाइतकेच असते, असे कोणीसे म्हटले आहे. पण मला वाटते, कुणाही माणसाचे वय त्याला आवडणाऱ्या लहान मुलांच्या वयांइतकेच असते.

पाळण्यातल्या अजयकडे मी कौतुकाने पाहिले. त्याचे बोबडे बोल, लटका रुसवा, त्याची चिमुकली ऐट – सारे सारे माझ्या डोळ्यांपुढे उभे राहिले.

पण लगेच माझ्या मनात आले – अजय या वेळी किती शांतपणाने झोपला आहे आणि आपली झोप जी एकदा उडून गेली –

कशाने उडून गेली ती?

एखादे स्वप्नबिप्न तर आपल्याला पडले नसेल ना?

आता मला अंधूक अंधूक आठवू लागले.

मी हरिणासारखा धावत होतो. हजारो अदृश्य आरशांचे मोठमोठे कवडसे एकत्र केल्यासारखे माझ्या समोरचे दृश्य दिसत होते.

पाणी होते ते! तरवारीच्या धारेवर ऊन पडले की, ती जशी चमकते, तसे ते पाणी चमचम करीत होते.

मी एकासारखा धावत होतो.

पण त्या अद्‌भूत दृश्यामधले आणि माझ्यामधले अंतर काही केल्या कमी होईना.

एकदम समोरचा देखावा बदलला. जलतरंगांचे रूपांतर केसांच्या वलयांत झाले. समुद्रातून लक्ष्मी बाहेर यावी, त्याप्रमाणे माझ्यापुढे करुणा उभी राहिली. ती हसून म्हणाली,

" देवदत्त, वेडे आहात तुम्ही! करुणा हे तुमच्या आयुष्यातलं स्वप्न होतं!"

मी तिच्या अंगावर धावून जाताच ती अदृश्य झाली. कशाचा तरी धक्का लागून मी खाली पडलो आणि बेशुद्ध झालो.

यापुढचे मला काहीच आठवेना!

मी अजयकडे पाहिले. गुलाम झोपेत हसत होता. माझ्या मनात आले, याला कसले बरे स्वप्न पडत असेल?

आईने चतुर्थीच्या चंद्राची नाव आपल्या हातात दिली असून, ती आपण पाण्याच्या हौदात सोडीत आहो; चांदण्यांचे वाळे करून ते आपल्या पायांत घातले आहेत आणि आपण नाचून नाचून ते वाजवीत आहोत, बागेत पानाच्या आड लपून बसलेल्या फुलाला आपण शोधीत आहो आणि इतक्यात 'कुठं गेला, बाई; हा अजय? मुलुखाचा अवखळ आहे हा!' असे म्हणत आई आपल्याला शोधायला येत आहे. कुठे लपून बसावे, या विचारात आपण पडलो आहो....

अजयची सर्वच स्वप्ने अशी काव्यमय असतील? सध्याच्या जगात काव्याला फक्त बाळपणात जागा आहे. मला वाटले, साप कात टाकतो, त्याप्रमाणे तारुण्याच्या उंबरठ्यावर सर्व काव्यकल्पना सोडून द्यायच्या असतात. ते आपण केले नाही, करुणेला आपल्या हृदयात स्थान दिले आणि त्यामुळेच लौकीकदृष्ट्या पूर्णपणे सुखी असूनही आपले अंतर्मन तडफडत आहे.

दुपारी बाबासाहेब म्हणाले होते,

'वादळात दोन होड्यांची योगायोगानं गाठ पडावी, तशी माणसांच्या पहिल्या प्रेमाची स्थिती असते! वादळ संपलं की, त्या होड्या आपापल्या निवाऱ्याच्या जागी

जातात. त्या जागा एकमेकींपासून फार दूर असतात, त्याला कोण काय करणार?'

त्यांच्या या उद्गारांनी त्या वेळी माझे समाधान झाले होते; पण आता एक प्रश्न राहून राहून मला अस्वस्थ करू लागला. करुणेने खुशाल लग्न करायचे होते; पण ते एका ड्रॉईंग मास्तराशी?

माझे एक मन म्हणाले, आपण कुणाशी लग्न करावे, हा ज्याचा त्याचा प्रश्न आहे. प्रीती ही विजेसारखी आहे. तिची चमकण्याची जागा कोण निश्चित करणार?

दुसरे मन म्हणत होते, माझ्यासारख्या वकील होणाऱ्या माणसाच्या मागणीला नकार देणाऱ्या करुणेने चांगला आय. सी. एस. तरी गाठायचा होता!

या दोन मनांच्या कलहात आतापर्यंत लक्षात न आलेली एक गोष्ट हळूहळू माझ्या डोळ्यांपुढे उभी राहिली. माझ्या मनातली तडफड केवळ अतृप्त प्रीतीची नव्हती! ती दुखावलेल्या अहंकाराचीही होती!

काकणे वाजली, म्हणून मी मागे वळून पाहिले. माझी पत्नी अंथरुणावरून उठून आली होती.

माझ्याकडे स्निग्धपणाने पाहात ती म्हणाली,

"कुंभकर्णाची बहीण आहे मी अगदी! अजय रडू लागला, तर मला उठवायचं, की नाही! आपलं स्वतःच...."

तिच्या बोलण्यातल्या जिव्हाळ्याने माझ्या तापलेल्या मनाला थोडासा गारवा दिला.

तिला वाईट वाटू नये, म्हणून मी म्हटले,

"अजय काही जागा झाला नव्हता. मलाच झोप येत नव्हती, म्हणून मी उठलो."

माझा हात धरून तिनं मला पलंगाकडे नेले आणि माझ्या दोन्ही खांद्यांवर हात ठेवून आर्द्र दृष्टीने माझ्याकडे पाहत ती म्हणाली,

"मी सांगू, आपल्याला झोप का येत नाही, ती?"

"मोठी मनकवडीच पडलीस की नाही, तू!"

"जे माणूस मनात असतं, त्याला मनातल्या गोष्टी कळणं काय कठीण आहे? आता आपल्या मनात मला जागाच नसली, तर...."

तिच्या गालावर नाजूक चापट मारीत मी म्हटले,

"मोठी खट्याळ पोरगी आहेस तू!"

ती खुदकन हसली आणि म्हणाली,

"माझं ऐकायचं होईल का?"

"काय?"

"परवा तो खुनाचा खटला चालवला ना? तसले खटले घेऊ नयेत!"

"का?"

"तसल्या खटल्यांनी झोप उडून जाते!"

"तसले खटले घेतले नाहीत, तर बंगल्यात राहायला मिळणार नाही!"

"न मिळेना! सुख काही बंगल्यात नसतं!"

"अरे, वा, तू तर मोठी तत्त्वज्ञानी व्हायला लागलीस! सुख कशात असतं, याचा राणीसाहेबांनी काय शोध लावलाय, ते तरी ऐकू या !"

माझ्या खांद्यावर मान ठेवून माझ्याकडे पाहत ती म्हणाली,

"सुख दोन माणसांनी एक होण्यात असतं!"

मी थट्टेनेच म्हणालो, "इथं तर दोन माणसं दिसताहेत!"

"तुम्हांला दिसत असतील; पण मला बाई, एकच माणूस दिसतं!"

"तू कुठं आहेस मग?"

"त्या माणसाच्या मनात!"

उत्तर देता देता लाजून तिने मला जी मिठी मारली – करुणा हे माझ्या आयुष्यातले एक स्वप्न होते, अशी त्या क्षणी माझी खात्री झाली.

दुसरे दिवशी सकाळी ती उठलो, तेव्हा लख्ख ऊन पडले होते. मला कालच्या हवेची आठवण झाली. ते काळे ढग, ते कुंद वातावरण, ती झिमझिम आणि तडतड, तो रस्तावरला चिखल....

एका रात्रीत सृष्टीचा पुनर्जन्म झाला होता.

मला वाटले, माझ्या प्रीतीचाही असाच पुनर्जन्म झाला आहे. कॉलेजमध्ये असताना करुणेविषयी आपल्याला जे आकर्षण वाटले होते, त्याचेच आता पत्नीवरल्या प्रेमात रूपांतर झाले आहे,

ही कल्पना मला मोठी मोहक वाटली. पण लगेच गडकऱ्यांच्या त्या अद्भुतरम्य ओळी आठवल्या –

क्षण एक पुरे प्रेमाचा,
वर्षाव पडो मरणांचा

हा प्रेमाचा क्षण प्रत्येकाच्या आयुष्यात एकदाच येत असला पाहिजे. मग माझ्या आयुष्यात तो केव्हा आला? कॉलेजात माझे करुणेवर प्रेम होते. आज पत्नीवरही मी प्रेम करीत नाही, असे नाही! मग....

मी गोंधळून गेलो. पण लगेच एका नवीन पक्षकाराच्या आगमनामुळे मी मनातला सर्व गोंधळ विसरून गेलो.

त्याने आणलेली केस मोठी विचित्र होती. नवरा सोडून एका मनुष्याबरोबर

पळून गेलेली एक बाई आपल्या प्रियकराला कंटाळली होती. आता त्याच्यापासून दूर राहायची तिची इच्छा होती. पण त्याचे तिला फार भय वाटत होते. ही आपली लग्नाची बायको आहे, असे सर्वांना भासवीत आला होता तो! या बाबतीत काय करावे, म्हणून माझा सल्ला विचारायला तो मनुष्य आला होता.

आलेल्या मनुष्याचे त्या बाईशी काय नाते आहे, हे मला नीटसे कळेना. त्यालाही ते सांगण्याची इच्छा नव्हती.

मी त्याला म्हटले,

"त्या बाईच्या तोंडून सारी खरीखुरी हकीकत मला आधी ऐकायला हवी. तिला घेऊन या इथं!"

त्याची मुद्रा दु:खीकष्टी झाली. आवंढा गिळून तो म्हणाला, "ती वकिलाकडे गेल्याचं कळलं, तर तो राक्षस तिची खांडोळी केल्याशिवाय राहणार नाही!"

माझ्या मनात आले – आणि तसल्या मनुष्यासाठी ती बाई घर सोडून पळाली! तिने घर सोडले, त्या क्षणी त्या दोघांचे एकमेकांवर प्रेम असलेच पाहिजे. मला त्या ओळी आठवल्या –

क्षण एक पुरे प्रेमाचा,
वर्षाव पडो मरणांचा

वाटले, या ओळी अद्‌भुतरम्य नाहीत. प्रीती ही पुष्पमाला नाही, अग्निज्वाला आहे.

तो मनुष्य अगदी गयावया करू लागला. शेवटी रविवारी त्याच्याबरोबर त्याच्या खेड्यात जायचे मी कबूल केले. तिथे ती बाई माझ्याशी दोन घटका निवांतपणे बोलू शकेल, अशी व्यवस्था तो करणार होता.

माझा निरोप घेताना त्याच्या डोळ्यांत केवढी कृतज्ञता दिसत होती! जणू काही मी त्याला फासावरून खाली उतरवले होते.

तो निघून गेल्यावर माझ्या मनात एकच प्रश्न घोळू लागला – प्रत्येक मनुष्याच्या वाट्याला प्रेमाचा एखादाचा पैलू यावा, असा निसर्गाचा नियम आहे की काय? आणि प्रेमाला असे पैलू आहेत तरी किती?

पोस्टमनने आणलेले टपाल हातात घेताना माझ्या मनात आले, आजच्या वर्तमानपत्रात काय वाचायचंय? करुणेच्या लग्नाची बातमी तर कालच येऊन गेलीय.

मी पत्रे चाळू लागलो. दुसऱ्या पत्रावरले अक्षर पाहताच माझ्या सर्वांगातून वीज सळसळत गेली. काळाने माणसाच्या चेहऱ्यात बदल होतो; पण अक्षरात?

ते पत्र करुणेचे होते –

'प्रिय दत्त,

करुणेचे हे सबंध पत्र वाचाल ना? की कॉलेजात असताना ज्या मुलीने आपल्याला नकार दिला, वकील झाल्यावर आपण पाठविलेल्या प्रेमपत्राला ज्या मुलीने उत्तरसुद्धा दिले नाही, तिचे हे पत्र आहे म्हणून वाचण्याआधीच फाडून टाकाल?

वर्तमानपत्रातली बातमी तुम्ही वाचलीच असेल. बी. टी. करुणा एका ड्रॉईंग-मास्तराची पत्नी झाली आहे.

तुम्ही मनातल्या मनात म्हणाला असाल – चांगली शिक्षा झाली करुणेला!

देवदत्त, हे लग्न म्हणजे शिक्षा नाही; ते करुणेला मिळालेले बक्षीस आहे.

तुम्ही अधिकच गोंधळून गेला असाल, नाही?

तुमची आणि माझी ओळख झाल्यापासून साऱ्या गोष्टी सांगते, म्हणजे तुमच्या मनाचा गोंधळ होणार नाही.

कॉलेजात मी तुमची मैत्रीण होते; पण तुम्ही लग्नाची गोष्ट काढली, तेव्हा मी उत्तर दिले :

'मला तुमच्याविषयी फार फार आदर वाटत आहे! पण मला लग्न करावंसंच वाटत नाही!'

तुम्हांला त्या वेळी वाटले असेल – करुणेने आपल्याला एक थाप दिली. कॉलेजात असताना जिच्या मनात एकाही तरुणाविषयी प्रेम उत्पन्न होत नाही, अशी एक तरी मुलगी असेल का?

मला वाटते, अशा बऱ्याच मुली असतात. मुलगेसुद्धा पुष्कळ असतील. कॉलेजात मुलामुलींमध्ये जे आकर्षण उत्पन्न होते, त्याचे खरे स्वरूप आता मला कळतेय! एखाद्या लहान मुलाला कितीही खेळणी दिली, तरी जोपर्यंत खेळायला दुसरा जोडीदार मिळत नाही, तोपर्यंत त्याला त्या खेळण्यांची गंमत वाटत नाही. कॉलेजातल्या मुलांमुलांचेही तसेच होते. पण खेळातला जोडीदार आयुष्यातला जोडीदार होईलच, म्हणून कुणी सांगावे? क्रिकेटच्या टीममध्ये एखाद्या महाराजापासून कारकुनापर्यंत निरनिराळ्या दर्जांचे खेळाडू असतात ना? खेळ खेळताना ते अगदी खेळीमेळीने वागतात. पण तेवढ्यामुळे काही ते आयुष्यात एकमेकांचे जिवलग मित्र होत नाहीत. कॉलेजच्या आयुष्यक्रमात आपण ज्याला प्रेम म्हणतो, ते पुष्कळदा अशा प्रकारचे असते. बाहेरच्या सृष्टीत सुरवंटाची फुलपाखरे होतात; पण मनुष्याच्या मनातल्या फुलपाखरांचे सुरवंट होतात, अशी यावर तुम्ही टीका कराल! पण मला वाटते – कॉलेजातले प्रेम हे एक स्वप्न असते. नाही तरी त्या वयात स्वप्नाळू डोळ्यांनीच मुले जगाकडे पाहत असतात! मनुष्य ज्याच्या आधारावर जगतो, प्रसंगी ज्याच्यासाठी आनंदाने मरायलाही तयार होतो, ते प्रेम नुसते स्वप्नाळू असून चालत नाही!

मास्तरीण झाल्यावर प्रेमाचा मला दुसरा अनुभव आला. गावातल्या एका बॅरिस्टरांशी माझी ओळख झाली, हळूहळू ती वाढत चालली. स्वारी इंग्लंडला जाऊन आलेली असल्यामुळे मला न आवडणाऱ्या त्यांच्या कित्येक गोष्टी मी क्षम्य मानू लागले. त्यामुळे आमचा स्नेह वाढतच राहिला. ऐका उन्हाळ्यात मी त्यांच्याबरोबर महाबळेश्वरला गेले. दुसऱ्या उन्हाळ्यात माथेरानला गेले. इतक्या जवळ गेल्यावर मात्र मला खेळविण्याचा त्यांचा डाव माझ्या लक्षात आला. त्यांना माझ्याशी लग्न करावयाचे नव्हते. थोडे दिवस गंमत करण्याकरिता त्यांना करुणा नावाची एक बरीशी दिसणारी नवी मुलगी हवी होती!

त्यांचे प्रेमाचे तत्त्वज्ञान ऐकून माझा अंगावर शहारे उभे राहू लागले. प्रेम ही पैशाने विकत घेता योणारी एक चीज आहे, असे ते नेहमी म्हणत. 'प्रीति मिळेल का ग, बाजारी?' ही केशवसुतांची ओळ मी एकदा सहज गुणगुणत होते. त्यांनी ती ऐकली नि उत्तर दिले, 'न मिळायला काय झाले? प्रीतीइतकी स्वस्त वस्तू जगात दुसरी कोणतीच नाही!' 'लग्न ही प्रीतीच्या पायांतली बेडी आहे.' हे तर त्यांचे अगदी आवडते वाक्य होते.

त्यांच्या सहवासात माझे मन विलक्षण अस्वस्थ होई.

मी माझ्या भोवतालच्या लोकांचे संसार न्याहाळून पाहू लागले. प्रीती म्हणजे मनामनांची मिळणी आहे, अशी माझी खात्री झाली. किती तरी कुटुंबांत नवरा-बायकोंना ही कल्पनाच नसते. त्यामुळे बायको घरात नि नवरा घराबाहेर मरमर मरत असूनही त्यांचा संसार सुखाचा होत नाही. छाया नि प्रकाश यांच्या मिश्रणातून जसे सुंदर चित्र निर्माण होते, त्याप्रमाणे पुरुष आणि स्त्री यांच्या भावनांच्या मिळणीतून संसाराचे सुख उत्पन्न व्हायला हवे! पण....

तुम्हाला वाटेल, लग्न झाले नाही, तोच ही करुणा मोठी आजीबाई होऊन आपल्याला ब्रह्मज्ञान शिकवायला लागली! तेव्हा पुढची हकीकतच सांगते.

बॅरिस्टरांची स्वारी माझ्या बिऱ्हाडात वारंवार येऊ लागली! गृहस्थ एक-दोनदा अपरात्री आला! स्वतंत्र बिऱ्हाडापासून माझा फायद्यापेक्षा तोटाच होणार, असा रंग दिसू लागला.

आमच्या शाळेतले ड्रॉईंग मास्तर मनोहर जोशी ज्या घरात राहत होते, तिथलाच एक लहानसा ब्लॉक मी घेतला. मास्तरांच्या घरी त्यांची आई व ते ह्यांशिवाय दुसरे कोणी नव्हते, त्याची एक बालविधवा बहिण एक-दोन वर्षांपूर्वी बेपत्ता झाली होती. त्या बहिणीचे लग्न होईपर्यंत स्वत: लग्न करायचे नाही, असे मनात ठरविले होते त्यांनी. पण एके दिवशी आईलासुद्धा न सांगता ती घरातून निघून गेली! मनोहरांनी तिचा पुष्कळ शोध केला; पण काही उपयोग झाला नाही. या धक्क्याने त्यांचे मन खचून गेले. गरिबीमुळे त्यांना आर्ट स्कूलमध्ये जाता आले

नव्हते. पण ते फार सुंदर चित्रे काढत असत. बहीण निघून गेली, तेव्हा आपल्या आयुष्यातले अगदी उत्तम चित्र काढण्यात ते रंगून गेले होते. जवळजवळ पुरे होत आले होते ते चित्र! पण बहीण नाहीशी होताच मास्तरांनी जी हाय घेतली – ते अपुरे चित्र त्यांनी एका मोठ्या रुमालाखाली झाकून ठेवले! ते चित्रच त्यांचे शेवटचे चित्र ठरले. चित्र काढण्याकरिता त्यांनी पुन्हा हात उचललाच नाही.

मी त्यांच्या शेजारी राहायला गेले, तेव्हा त्यांची सर्व चित्रे मला पाहायला मिळाली; पण ते रुमालाखाली झाकलेले चित्र मात्र... आईला सुद्धा त्यांची सक्त ताकीद होती की, त्या चित्रावरला रुमाल केव्हाही दूर करायचा नाही. ते चित्र अपशकुनी आहे, असा आईचा समज होणे तर स्वाभाविकच होते. त्याच्याविषयी गोष्ट निघाली की त्या म्हणत,

"वेळेसारखी बुद्धी होते म्हणतात, ते काही खोटं नाही! काय भयंकर नाव आहे त्या चित्राचं! वादळातल्या होड्या, करुणा, तूच सांग, बाई! वादळात सापडलेल्या होड्या बुडणार नाहीत, तर काय होईल?"

मुलीची आठवण होऊन आईच्या निस्तेज डोळ्यांतून अश्रू वाहू लागत. माझे कुतूहल अधिकच जागृत होई – मनोहरांनी त्या चित्रात काय काय काढले असावे? वादळातल्या होड्या हे त्याचे नाव आहे, नाही का? त्या चित्रात किती होड्या असतील? नि त्या होड्यांतली माणसे....

मनोहरांचा आणि माझा परिचय वाढत चालला. ते बुद्धिमान होते, प्रेमळ होते, निर्व्यसनी होते. पण शाळेतल्या ठरावीक कामाखेरीज त्यांच्या हातून हल्ली दुसरे काहीच होत नव्हते! जणू त्यांचे मन मोठ्या तापातून उठून, कसेबसे जिवंत राहिले होते! मला या गोष्टीचे फार वाईट वाटू लागले.

पुढे मी इन्फ्लूएंझाने आजारी पडले. घरची माणसे गडबडून जातील, म्हणून मी तार केली नाही, पत्र सुद्धा पाठविले नाही. आई आणि मनोहर यांनी अगदी आपलेपणाने शुश्रूषा केली. त्या पाच-सहा दिवसांत मनोहर मला अधिकच प्रिय झाले. ताप वाढल्यानंतर एक-दोन दिवस मला कुणाला तरी आधार घेऊनच चालावे लागे. अशा वेळी मनोहरांनी माझा हात धरला की, त्यांच्या हाताचा कंप क्षणभर मला जाणवे. पण दुसऱ्या क्षणी त्यांचा हात स्थिर होई. चुकून – अगदी एकदा सुद्धा त्यांनी माझा हात दाबण्याचा प्रयत्न केला नाही.

त्या बॅरिस्टराच्या तुलनेने मनोहर फार मोठे वाटू लागले मला. एवढ्या गुणी मनुष्याने जन्मभर ड्रॉईंग-मास्तर म्हणून खितपत पडावे? त्यांची चित्रकला मुकी राहावी?

माझ्याच आयुष्याचा विकास कुंठित झाला, असे मला वाटू लागले!

मोगरीच्या वेलीची पाने पाहून काही कुणाला आनंद होत नाही! तिच्यावरली फुले आपल्याला पाहावीशी वाटतात.

माझ्यामागून मनोहरांनी अंथरूण धरले. आता माझी शुश्रूषेची पाळी होती. मी रात्रंदिवस त्यांच्या बिछान्यापाशी बसून असे. ताप फार चढून ते बडबडू लागले की, त्यांच्या अंगाइतकीच माझ्या मनाची काहिली होई. बेशुद्धीत ते म्हणत –

"मला मोठा चित्रकार व्हायचंय! सुंदर सुंदर चित्रं काढायची आहेत!"

अशा वेळी नव्या-नव्या चित्रांच्या कल्पना सुद्धा त्यांच्या तोंडून बाहेर पडत. त्या रम्य, भव्य, नवीन कल्पना ऐकून मला वाटे – मनोहरांचे मन अगदी उदासीन झाले आहे. त्यांच्या मनातल्या या कल्पना रंगारूपाला कशा येणार?

कुणी तरी त्यांच्या उदास मनाला उल्हासित करायला हवे! त्यांच्या मनाचा अगदी उन्हाळा झाला आहे. तिथे पावसाळा यायला हवा! भावनेची वीज चमकायला हवी – प्रीतीचा पाऊस पडायला हवा!

हे काम कोण करू शकेल?

आई तर पिकले पान झाल्या होत्या!

दररोज रात्री मी आईंना तुकारामाचे अभंग वाचून दाखवीत असे.

मनोहरांचा ताप उतरला, त्या दिवशी रात्री 'जेथे जातो तेथे तू माझा सांगाती! चालविसी हाती धरूनिया' हा मी वाचलेला शेवटचा अभंग होता. देव आपला पाठीराखा आहे, या श्रद्धेने आई तो अभंग गुणगुणू लागल्या.

मनोहरांचा ओव्हलटिन देण्याकरिता गेले, तेव्हा माझ्या जिभेवर तो अभंग नाचत होता. त्या अंभगाचा आईंचा अर्थ आणि माझा अर्थ यांत जमीन-अस्मानाचे अंतर होते!

मी सहज गुणगुणून गेले,

जेथे जातो, तेथे तू माझा सांगाती....

मनोहरांनी ते ऐकले. त्यांच्या डोळ्यांत क्षणभर वीज चमकली. त्या प्रकाशानेच, की काय, डोळे दिपून मी खाली पाहिले.

थोडेसे बरे वाटू लागताच मनोहर दाराला कडी लावून ते अपुरे चित्र पुरे करायला बसले.

चित्र पुरे झाले, तेव्हा एखाद्या लहान मुलाप्रमाणे धावतच ते माझ्या खोलीत आले. माझा हात धरून जवळजवळ ओढतच त्यांनी मला आपल्या खोलीत नेले.

समोर ते भव्य चित्र होते!

त्या चित्रातले वादळ जितके भयंकर, तितकेच सुंदर होते. त्या वादळात दोन होड्या सापडल्या होत्या. एका होडीत एक तरुण होता. त्याचा चेहरा थेट मनोहरांच्यासारखा वाटला मला!

त्या दुसऱ्या होडीतली तरुणी – ती करूणा होती.

मनोहर हसत म्हणाले, 'या दुसऱ्या होडीत ताई बसली आहे, असं मी पूर्वी दाखविणार होतो; पण....'

चित्रातल्या लाटा एकमेकींवर आपटून जे तुषार उडत होते, ते आम्हा दोघांनाही अक्षतांसारखे वाटले.

त्या दिवशी रात्री मी माझ्या डायरीत लिहिले – ''प्रेम हे सुंदर स्वप्न नाही; प्रेम हे क्षणिक शरीरसुखही नाही. प्रेम हे दोन मनांचे मीलन आहे. दोन अपूर्ण माणसांना एकमेकांना पूर्ण करायची जी विलक्षण तळमळ लागते, तिचे नाव प्रीती!''

कॉलेजात करुणेला देवदत्त आवडत होते, देवदत्तांना करुणा आवडत होती. पण त्या दोघांपैकी एकमेकांच्या अंत:करणांत तरी दुसऱ्याला पूर्ण करण्याची ही तळमळ उत्पन्न झाली होती का? देवदत्त, तुमच्या नि माझ्या आयुष्याच्या होड्या एकमेकींजवळ आल्या होत्या! पण त्या केव्हा? आपले जीवन तळ्यातल्या पाण्यासारखे शांत होते, तेव्हा.

अशा जवळ येण्यात आकर्षण असते; पण प्रेम...? अंऽहं!

वादळात ज्या होड्या एकमेकींच्या जवळ येतात, मृत्यूच्या दारात ज्या होड्यांना एकमेकींचा आधार मिळतो, त्याच आयुष्यभर एकत्र प्रवास करतात.

तुमची
करुणा

ता. क. – मी हे पत्र का लिहिले? मनोहरांची बहीण तुमच्या गावात आहे, असे मला नुकतेच कळले. तिचा शोध करण्याकरिता आम्ही दोघे लवकरच तिकडे येणार आहोत. तेव्हा तुमची जुनी मैत्रीण म्हणून तुमच्याकडेच उतरणार आहे मी! आपण येत आहो, हे कळविण्याकरिता कुठल्याही पाहुण्याने आजपर्यंत एवढे लांबलचक पत्र लिहिले नसेल, नाही?'

■

तीन

करुणेचे ते पत्र दुसऱ्यांदा वाचूनही माझे मन अतृप्तच राहिले, यात नवल नव्हते. तिच्या साऱ्या लिहिण्यात सरळपणा होता, मनमोकळेपणा होता. तिला प्रेमाचा जो अनुभव आला होता, तो कुठलाही आडपडदा न ठेवता तिने माझ्यापुढे मांडला होता.

पण तो अनुभव माझ्या प्रेमाच्या कल्पनेशी कुठेच जुळत नव्हता. मला वाटले, करुणा अजून लहान मूल आहे. तिची प्रेमाकडे पाहण्याची दृष्टी अजून विकसित झालेली नाही. आपल्या संकुचित अनुभवावरून केवढा मोठा सिद्धान्त काढला आहे तिने! म्हणे –

'वादळात ज्या होड्या एकमेकींच्या जवळ येतात, मृत्यूच्या दारात ज्या होड्यांना एकमेकींचा आधार मिळतो, त्याच आयुष्यभर एकत्र प्रवास करतात!'

मी स्वत:शीच हसलो!

किती पोरकट सिद्धांत आहे हा! दुष्यंत आणि शकुंतला एकमेकांजवळ आली, त्या वेळी असे कुठले वादळ त्यांच्याभोवती घोंघावत होते? सृष्टीतल्या वादळापेक्षा मनातले वादळ अधिक विलक्षण असते, याची या करुणेला कल्पनाच नाही. एखाद्या आजीबाईचा आव आणून तिने पत्रात लिहिलेय....

"मृत्यूच्या दारात ज्या होड्यांना एकमेकींचा आधार मिळतो, त्याच आयुष्यभर एकत्र प्रवास करतात!"

करुणा जर माझ्यापुढे उभी असती, तर हे वाक्य मोठ्याने वाचून मी खूप हसलो असतो आणि तिला म्हटले असते –

'इंटरला 'मृच्छकटिका'चा अभ्यास करूनसुद्धा अगदी कोरडी राहिली आहेस तू, करुणा! वेडे पोरी, वसंतसेना आणि चारुदत्त याचं एकमेकांवर प्रेम बसलं, ते मृत्यूचा दारात नाही, कामदेवाच्या उत्सवात!" करुणेच्या प्रेमकल्पनांची मनातल्या

मनात मी अशी थट्टा केली खरी; पण ते पत्र पुन्हा वाचण्याचा मोह काही केल्या मला आवरेना! मी मनात म्हटले, लहान मुलांचे बोलणे ऐकण्यात आपण रंगून जातो, ते काही त्यात मोठे गहन विचार असतात, म्हणून नव्हे.

मला चंदूची – माझ्या एक स्नेह्याच्या मुलाची आठवण झाली. त्याच्या घरी गेल्यावर चंदू कुठे दिसला नाही, की मला अगदी चैन पडत नसे. त्याचे बोलणे ऐकून मोठी गंमत वाटे मनाला.

एकदा स्वारी आईबरोबर कुठे बसायला गेली होती. तिथे त्याच्या हाताला अत्तर लाविले. घरी आल्यावर तो सगळ्यांना सांगत सुटला, "तेल लावलंय माझ्या हाताला.''

स्वारी वडिलांबरोबर कुठे बसायला गेली होती. घरी आल्यावर त्याने आईला जी हकीकत सांगितली, ती ऐकून तिची हसता हसता पुरेवाट झाली! चंदू आईला पुन:पुन्हा सांगत होता –

"खूप खूप लोक जमले होते नि बाबा त्यांच्याशी भांडत होते. मला भय वाटायला लागलं. बाबा इतके भांडले, तरी त्यांना कुणी मारलं नाही, बघ.''

करुणेच्या पत्रातली प्रीतीची मीमांसा आणि चंदूचे हे बोलणे यांत काय अंतर होते? पण काही काही अर्थशून्य गोष्टींतही एक प्रकारची अवीट गोडी असते! नाही का?

ते पत्र तिसऱ्यांदा वाचताना माझ्या मनात आले – करुणेने आपल्याला चांगले लांबलचक पत्र लिहावे, ही आपली इच्छा किती तरी दिवसांनी तृप्त झाली. त्या पत्रातला मजकूर काही का असेना! हे पत्र आपण जपून ठेवणार!

तिसऱ्यांदा पत्र वाचायला लागताना मी करुणेला चंदूइतकी अज्ञान ठरविली होती. पण वाचता वाचता तिच्या पत्रातली काही वाक्ये मला विलक्षण आकर्षक वाटू लागली. रस्त्याने जाताना दुरून खूप फुले दिसावीत, कसली तरी रानटी फुले असतील झाले, असे म्हणून आपण त्यांच्याकडे ढुंकूनही पाहू नये आणि चार पावले पुढे गेल्यावर त्या फुलांचा मधुर सुगंध आपल्याला यावा, तशी त्या पत्रांतल्या चार-पाच वाक्यांपाशी माझी स्थिती झाली.

कॉलेजातले प्रेम हे एक स्वप्न असते.

मनुष्य ज्याच्या आधारावर जगतो, प्रसंगी ज्याच्यासाठी आनंदाने मरायलाही तयार होतो, ते प्रेम नुसते स्वप्नाळू असून चालत नाही.

....प्रीती म्हणजे मनामनांची मिळणी, अशी माझी खात्री झाली.

छाया नि प्रकाश यांच्या मिश्रणातून जसे सुंदर चित्र निर्माण होते, त्याचप्रमाणे पुरुष आणि स्त्री यांच्या भावनांच्या मिळणीतून संसाराचे सुख उत्पन्न व्हायला हवे; आणि ते शेवटचे वाक्य –

....वादळात ज्या होड्या एकमेकींच्या जवळ येतात, मृत्यूच्या दारात ज्या होड्यांना एकमेकींचा आधार मिळतो, त्याच आयुष्यभर एकत्र प्रवास करतात.

मला क्षणभर भास झाला – सूक्ष्मदर्शक यंत्रातून एखादी जखम पाहावी, तसे तर करुणेने आपल्या आयुष्यातल्या अनुभवांकडे पाहिले नसेल ना?

लगेच माझे मलाच हसू आले. बायका कितीही शिकल्या, तरी आयुष्याकडे तात्त्विक दृष्टीने पाहू शकतील? छे:! काही काही मुले लहानपणीच पोक्तपणाचा आव आणतात ना? तशीच ही करुणा तरुणपणी तत्त्वज्ञ व्हायला लागली आहे. नदीच्या काठावर उभे राहून पुराविषयी गप्पा मारण्यापेक्षा, पोहून पलीकडे गेल्यावर मग आपले तोंड उघडणे शहाणपणाचे असते, हे तिच्या गावीही नाही. ड्रॉईंग मास्तराशी लग्न करणारी पदवीधर बाई म्हणून लोक उद्या कुचेष्टा करू लागले, दोन मुले झाल्यावर नवरा चांगला मिळवता असता, तर आपल्याला विसावा मिळाला असता, असे मनात येऊ लागले, म्हणजे ही वेडी पोरगी तडफडू लागेल.

मनुष्याची कल्पना जेवढी स्वैर, तेवढीच क्रूर असते!

माझ्या डोळ्यांपुढे पाच वर्षांनंतर घडणारा एक प्रसंग उभा राहिला. करुणा मला डोळ्यांत आसवे आणून म्हणत आहे,

"क्षमा करा मला. मनोहरांशी लग्न केलं, ही फार मोठी चूक होती माझी! देवदत्त, मी तुमची झाले असते, तर...."

पाच वर्षांनतर घडणाऱ्या या प्रसंगाच्या कल्पनेने मला क्षणमात्र आनंद झाला खरा; पण दुपारी कोर्टात चहा पिताना, संध्याकाळी टेनिस खेळताना, रात्री जेवताना, फार काय, दहा वाजता मऊमऊ गादीवर पडून डोळे मिटल्यानंतर सुद्धा करुणेचे ते शेवटचे वाक्य माझ्या मनात पुन:पुन्हा डोकावून जात होते.

....वादळात ज्या होड्या एकमेकींच्या जवळ येतात, मृत्यूच्या दारात ज्या होड्यांना एकमेकींचा आधार मिळतो, त्याच आयुष्यभर एकत्र प्रवास करतात.

लहानपणी ऐकलेल्या एका भैरवीच्या दोन ओळी मला आठवल्या.

एका नाटकातले पद होते ते. त्या नाटकाचे कथानक, त्यात काम करणारे नट, त्या नाटकातली इतर पदे, फार काय, त्या भैरवीच्या पदाच्या बाकीच्या ओळी मी किती लवकर विसरून गेलो; पण वर्षामागून वर्षे गेली, तरी 'गरीब मी दुबळी, बळे मज शोकिं लोटिलें' या दोन ओळींचा मात्र मला कधीच विसर पडला नाही. कुठलीही भैरवी ऐकताना त्या मला हटकून आठवत. एवढेच नव्हे, तर कुठे तरी एकटेच बसून संध्याकाळची शोभा पाहताना अथवा आरामखुर्चीत डोळे मिटून पडल्यावर सुद्धा त्या माझ्या जिभेवर नाचू लागत. जणू काही माझे जागृत मन आणि सुप्त मन यांच्या सीमारेषेवर वर्षानुवर्ष उभ्या होत्या!

भैरवीच्या त्या दोन ओळींप्रमाणे करुणेचे हे वाक्यही माझ्या मनात एकसारखे

घोळू लागले. मंगळवार, बुधवार, गुरुवार – तीन दिवसांत मी तिच्या पत्राकडे ढुंकूनसुद्धा पाहिले नाही. माझे मन म्हणत होते – रंगभूमीवर रंगून आलेल्या नटनटी मोठ्या सुंदर भासतात. त्यांचे खरे स्वरूप आपल्याला तिथे कुठे दिसते? माणसांच्या विचारांचेही तसेच आहे. जगात प्रत्येक मनुष्य तत्त्वज्ञान सांगत असतो. पण ते सांगताना त्याचा हेतू सत्य शोधण्याचा नसतो; उलट, सत्य लपविण्याचा असतो. माणसाचे तत्त्वज्ञान म्हणजे त्याने स्वत:च्या दुबळेपणावर घातलेले पांघरूण! करुणेने कंटाळून त्या ड्रॉईंग मास्तराशी लग्न केले असेल, झाले. पत्रात मात्र तिने असा भास निर्माण केला आहे की, आपण तत्त्वनिष्ठेमुळेच त्या ड्रॉईंग मास्तराला माळ घातली!

तीन दिवसांत माझ्या मनावर या विचारांचा पुरा पगडा बसला. त्यामुळे पहिल्या दिवशी तीन वेळा वाचलेले ते पत्र मी पुन्हा उघडून सुद्धा पाहिले नाही.

मात्र करुणेचे ते शेवटचे वाक्य अजूनही माझ्या मनात टोचत होते. पायात मोडलेला काटा चटकन ओढून काढला, तरी त्याचे बारीक टोक आत सलत राहते ना? तसे ते वाक्य राहून राहून माझ्या मनाला बोचत होते.

मोठा काटा काढणे सोपे; पण असले सल काढणे....

शनिवार उजाडला नि करुणेचे पत्र यायच्या आधी थोडा वेळ भेटून गेलेल्या मनुष्याची मला आठवण झाली.

उद्या रविवार! मला खेड्यावर न्यायला तो मनुष्य उद्या सकाळी येणार होता!

माझे मन त्या खेड्यात जाऊन पोहोचले. नवऱ्याला सोडून दुसऱ्या मनुष्याबरोबर पळून जाणारी आणि मागाहून त्या मनुष्याच्या कचाट्यातून कसे सुटावे, या विवंचनेत पडलेली बाई मला उद्या भेटणार! आपले काय काय अनुभव ती सांगेल? ती प्रामाणिक असेल का? पण सत्याच्या शोधाला नुसता प्रामाणिकपणा पुरत नाही. आधी स्वत:कडे परक्याच्या दृष्टीने पाहता आले नि मग जे जे दिसले, ते ते तोंडाने सांगता आले, तरच....

मी मनात म्हटले – त्या खेड्यातल्या बाईचा इतिहास काहीही असला, तरी त्या बाईचा नवरा वाईट असेल! त्याने तिचा अगदी छळवाद मांडला असेल! त्याशिवाय का ती दुसऱ्या मनुष्याबरोबर पळून गेली असेल? या दोन होड्या वादळात एकमेकींच्या जवळ आल्या, हे करुणेलासुद्धा कबूल करावे लागले. पण त्यातली एक होडी आता दुसरीपासून दूर का जात आहे, हे कोडे काही केल्या तिला उलगडून दाखविता येणार नाही!

एखादी रहस्यमय कादंबरी हातांत घेऊन तिच्या कथानकात काय काय असावे, याची कल्पना करीत बसणाऱ्या वाचकाप्रमाणे मी त्या बाईच्या हकीकतीविषयी निरनिराळे तर्क करण्यात गुंग होऊन गेलो.

शनिवारी सबंध दिवसात मला करुणेच्या त्या विचित्र वाक्याची एकदाच

आठवण झाली.

रविवारी सकाळी मी उठलो, तेव्हा मला माझ्या लहानपणची आठवण झाली. त्या वेळी आदितवारी सकाळी जागे झाले की, क्रिकेटची मॅच दिसू लागायची! त्या मॅचसारखीच आजही माझ्या मनाला हुरहूर लागली होती.

ते कधीही न पाहिलेले खेडे – ती बाई – ती संकटातून सुटावी, म्हणून खटपट करणारा तिचा तो मित्र –

त्या मित्राचे तिच्यावर प्रेमबीम असेल काय? हा प्रश्न मनात उभा राहताच लेखक नाटके-कादंबऱ्यांची कथानके कशी जुळवितात, याची मला पुरी कल्पना आली. माझ्याकडे आलेल्या त्या मनुष्याला ती बाई हवी होती. म्हणून तो – छे:! आपण त्याच्या भानगडीत न पडणेच बरे–गाव न विचारता आपण त्याच्या भानागडीत न पडणेच बरे. नाव-गाव न विचारता आपण त्याला 'येतो' म्हणून सांगितले; हे काही बरे केले नाही.

माझ्या मनात हा विचार आणि दारात तो मनुष्य यायला एकच गाठ पडली.

'आज बरं वाटत नाही मला!' असे काही तरी सांगून आपण मोकळे व्हावे, असे माझ्या मनात आले; पण जिज्ञासा ही भीतीहून अधिक प्रभावी असते, हेच शेवटी खरे ठरले.

रात्र पडल्यावर ती बाई भेटेल, असे मोटारीत चढता चढता त्याने मला सांगितले; पण त्या खेडेगावाला जायला आदितवारी फक्त सकाळी दहाचीच मोटार होती!

मोटारीत बसल्यावर त्या खेडेगावात आपला संध्याकाळपर्यंत वेळ कसा जाणार, या विवंचनेत मी पडलो.

बरोबर अकराला आम्ही त्या मोटारीच्या स्टँडवर म्हणजे, एका किराणा मालाच्या दुकानापाशी उतरलो! रस्त्यावर पाऊल बुडेल एवढी धूळ होती, भोवताली ऊन रणरणत होते, दुकानावर एक पैशाचे रॉकेल न्यायला आलेल्या एका सहा-सात वर्षांच्या मुलीच्या केसांच्या नुसत्या जटा झाल्या होत्या.

ते खेडेगाव या स्टँडपासून अर्धा मैल लांब होते. माझ्या वाटाड्याच्या मागून उदासपणाने ती चालू लागलो. एखाद्या चित्रपटाच्या शेवटचा भाग चांगला असावा आणि तो येईपर्यंत प्रेक्षकांवर जांभया देत बसण्याची पाळी यावी, तशी आज आपली स्थिती होणार, या जाणिवेने मी हळूहळू पावले टाकीत होतो.

मधेच मागे वळून माझ्याकडे पाहत तो मनुष्य म्हणाला,

"साहेब, एवढा रस्ता संपला, म्हणजे झालं. बापूभटजींच्या घरी गेलं की, खूप आराम वाटेल तुम्हाला. काल संध्याकाळीच त्यांना सांगून आलोय मी!"

बापूभटजी नावाच्या भिक्षुकाकडे त्याने माझी उतरण्याची व्यवस्था लावली

आहे, हे या बोलण्यावरून उघड होत होते.

त्या दिवशी बाबासाहेबांनी सांगितलेली स्वत:ची हकीकत मला आठवली. कॉलेजात असताना एका स्वयंपाकिणीच्या मुलीवर त्यांचे प्रेम बसले होते. पण तिचे लग्न एका भिक्षुकाशी झाले. परवा याच भिक्षुकाच्या घरी एका केसच्या निमित्ताने ते उतरले. खेड्यातल्या त्या मातीच्या घराची हाडकुळी मालकीण हीच त्यांची पूर्वीची प्रणयिनी होती. पण बाबासाहेबांनी तिला ओळखले सुद्धा नाही!

त्यांनी सांगितलेले खेड्याचे नाव मी आठवून पाहिले.

मी जेथे जात होतो, तेच खेडे होते ते!

एका क्षणात माझे मन दुसऱ्या दिशेकडे वळले.

जिची हकीकत ऐकायला ती मुद्दाम चाललो होतो, ती बाई बाजूलाच राहिली. बाबासाहेबांच्या आयुष्यात येऊन गेलेल्या, पण भिक्षुकाची बायको होऊन खेड्यात जन्म काढणाऱ्या या बाईला पाहण्याची इच्छा माझ्या मनात प्रबळ झाली. पण जिचे किंवा जिच्या नवऱ्याचे नाव सुद्धा मला ठाऊक नव्हते, ती बाई मला दिसणार कशी? आणि खेड्यात भिक्षुकांची चार-दोनच घरे असल्यामुळे ती दिसण्याचा योग आला, तरी तिच्या आयुष्यातले अनुभव मला कळणार कसे?

मी माझ्या वाटाड्याला विचारले,

"बापूभटजींशिवाय आणखी किती भट आहेत, रे तुझ्या खेड्यात!"

"आणखी?" तो हसून म्हणाला, "एकाच भटाचं पोट भरताना मारामार! तिथं....''

मी झपाझप चालू लागलो. केव्हा एकदा बापूभटजींचे घर गाठतो आणि त्या बाईला पाहतो, असे होऊन गेले मला! बोलता बोलता आपण सहज बाबासाहेबांची गोष्ट काढली की, त्या बाईच्या मुद्रेत काही तरी फरक पडल्याशिवाय राहणार नाही, अशी माझ्या मनाची खात्री झाली होती. तिने नि बाबासाहेबांचे पहिले प्रेम स्वप्नाळू असेल! पण मनुष्य अनुभव विसरला, तरी आपली स्वप्ने विसरत नाही.

या तंद्रीतून मी जागा झालो, तो माझ्याबरोबरच्या मनुष्याच्या 'बापू' या हाकेने.

मी भोवताली पाहिले. अंगणातल्या वृंदावनातल्या तुळशीच्या काळसर मंजऱ्या मला मोठ्या मोहक वाटल्या. हिरव्यागार रंगाचे सौंदर्य या मंजऱ्यांत नव्हते खरे, पण भाताच्या नाजूक लोंबराप्रमाणे दिसणाऱ्या त्या मंजऱ्या तुळशीच्या जीवनाची सफलता दर्शवीत होत्या.

अंगण छान सारवले होते. तुळशीपुढे रांगोळी घातली होती. अगंणापलीकडे वाळत घातलेल्या शेणीसुद्धा कशा एका आकाराच्या होत्या. त्यांच्यापलीकडे केळी लावलेल्या होत्या. एका पोसलेल्या केळीच्या घडाला पोते घातलेले दिसत होते. पण ते पोतेसुद्धा कसेतरी गुंडाळलेले नव्हते. अगदी व्यवस्थित दिसले, असे

बांधलेले होते ते!

बापूभटजी दारात येऊन उभे राहिले, म्हणून माझे लक्ष समोर गेले. नाही तर घराबाहेरच्या लहानसहान गोष्टी पाहण्यातच मी गुंग होऊन गेलो असतो.

बापूभटजींच्या अरुंद कपाळावर नि किरकोळ दंडांवर भस्माचे पट्टे होते. स्वारीचा पंचा कसाबसा गुडघ्याखाली येत होता. संध्या किंवा देवपूजा करता करता मधेच उठून आले होते ते!

"काय, रे, सख्या?" म्हणून माझ्याबरोबरच्या मनुष्याला प्रश्न करता करताच त्यांनी माझ्या चेहऱ्याकडे पाहिले. त्यांची मुद्रा एकदम हसरी झाली. मी गोंधळून गेलो. त्यांना मी पूर्वी कधीच पाहिले नव्हते.

सखाराम म्हणाला,

"वकीलसाहेबांना घेऊन आलोय!"

"आपण जोशी का?" बापूभटजींनी मला प्रश्न केला.

या गृहस्थाला काही मंत्रविद्या तर साध्य नाही ना, असा प्रश्न माझ्या मनात उभा राहिला. या भिक्षुकाने माझे आडनाव कसे ओळखले?

"वामनराव जोश्यांचे..." बापूभटजी चाचरत म्हणाले.

"मी वामनरावांचा मुलगा. माझं नाव देवदत्त!"

माझ्या तोंडातून हे शब्द बाहेर पडतात, तोच बापूभटजी धावतच माझ्याजवळ आले आणि माझ्या दोन्ही खांद्यांवर हात ठेवून, माझ्याकडे टक लावून पाहत म्हणाले,

"अगदी वडिलांच्या वळणावर गेला आहे तुझा चेहरा!" लगेच सखारामकडे वळून ते म्हणाले, "अरे सख्या, तू खुशाल जा आपल्या घरी, हे वकीलसाहेब काही परके नाहीत कुणी! माझ्या शाळेतल्या मित्राचा मुलगा आहे हा! केसमधील काही जमीनबिमीन दाखवायची असेल, तर मी संध्याकाळी ऊन उतरल्यावर दाखवीन ह्यांना! जा तू."

मला हसू आल्यावाचून राहिले नाही. मला वाटले, मी जमीन बघायला आलो नसून, एक बाई बघायला आलो आहे, हे बापूभटजींना कळले, तर....

"सोवळ्यात होतो, ते विसरून गेलो की! बाकी जवळ येऊन तुला डोळे भरून पाहिलं नि असं समाधान झालं – अगदी वामन भेटल्यासारखं वाटलं ! सोवळ्याची काय एवढी मातब्बरी आहे, विहिरीवर जाऊन दोन कळश्या पाणी डोक्यावर ओतलं, की मग सोवळं कुठं पळून जातं?"

माजघरात येताच त्यांनी मला एका अंथरुणापाशी नेले आणि हाक मारली, "अग...."

एका हाडकुळ्या बाईने मान उचलून वर पाहिले. चेहऱ्यावरून ती बरीच

आजारी असावी, असे दिसले.

बापू म्हणाले, "माझ्याबरोबर शाळेत एक वामन जोशी म्हणून होता... तुला मी नेहमी सांगतो ना? त्याचा हा मुलगा आलाय बघ! मुलाची हाय घेऊन बसली आहेस ना तू? हा घे तुला मुलगा!"

ती बाई धडपडत अंथरुणावरून उठली नि मला म्हणाली,

"बसा हं. मी आता चहा करून देते."

ती उभी राहिली होती खरी; पण तिचे पाय कसे लटलट कापत होते. मला अगदी राहवेना! मी म्हटले,

"आई, तुम्ही उठू नका. चहा मी करून घेईन की! कॉलेजात असताना दिवसातून सात वेळा चहा करीत होतो मी!"

तिला बरे वाटावे, म्हणून मी हे बोलून गेलो खरा; पण माझे बोलणे ऐकताच तिच्या मुद्रेवरले कारुण्य अधिकच वाढले. ती मटकन अंथरुणावर बसली.

तिने मुलाची हाय खाल्ली आहे, असे बापू म्हणाल होते. माझ्या मनात आले – कॉलेजात असलेला त्यांचा एखादा मुलगा नुकताच वारलाबिरला तर नसेल ना?

मला काहीच कळेना.

घरात बापू नि आई याखेरीज दुसरे कोणीच दिसत नव्हते.

बरोबर दीड वाजता मी जेवायला बसलो. पण काही केल्या जेवणाकडे माझे लक्ष लागेना. या दोन तासांत मनावर विलक्षण परिणाम करणारा एक चित्रपट मी पाहिला होता. त्या चित्रपटाने विचाराखेरीज माझ्या इतर सर्व शक्ती जणू काही बधिर करून टाकल्या होत्या.

चहा करण्यापासून स्वयंपाक करण्यापर्यंत त्या नवराबायकोंत पदोपदी भांडण झाले. पण त्या भांडणाच्या मागे केवढे उत्कट प्रेम, मनाला शांती देणारा केवढा उदात्तपणा होता! आजारी बायकोने स्वयंपाक करायचा हट्ट धरला, तेव्हा बापू म्हणाले,

"तुम्ही बायका, म्हणजे अशाच कर्मदरिद्री! काही झालं, तरी चुलीतच जळायच्या तुम्ही! इतकी वर्षं स्वयंपाक करूनसुद्धा तुझ्या हातांची खुमखुमी भागली नाही, वाटतं?"

त्यांनी तिला स्वयंपाक करू दिला नाही. पण ती त्यांचीच बायको होती! ती काही अंथरुणावर पडून राहिली नाही. कुठे खोबरे कीस, कुठे आमसुले भिजत टाक, कुठे अंघोळीचे पाणी तापीव – बापूंची नजर चुकवून हे नाही ते काम ती करीतच होती.

निम्मेअधिक केस पिकलेला आणि पंचा नेसलेला एक भिक्षुक आणि वाळत

घालायच्या काठीसारखी दिसणारी त्याची बायको – पण त्या दोघांचे त्या घरकुलातले प्रेम राजवाड्यातल्या तरुण राजाराणींच्या पेमाहूनही मला अधिक हृदयस्पर्शी वाटले.

त्या दोघांच्या कोशात प्रेमाचा एकच अर्थ होता – प्रेम म्हणजे दुसऱ्यासाठी जगण्याची इच्छा, आपल्या माणसाला सुखी करण्याचे वेड! या वेडाची लक्षणे त्या नवराबायकोंत पदोपदी स्पष्ट दिसत होती.

करुणेचे ते वाक्य आठवून मी स्वतःशीच हसलो. म्हणे... वादळात ज्या दोन होड्या जवळजवळ येतात, त्याच – खेडेगावात उभा जन्म काढणाऱ्या या नवरा- बायकोच्या आयुष्यांत कसले वादळ आले असणार? मुले बाहुलाबाहुलीचे लग्न करतात ना, तसे यांचे लग्न करून टाकले असेल, पुढे यांना चार मुले झाली असतील! नवऱ्याने भिक्षुकी करावी नि बायकोने स्वयंपाक करावा, असा क्रम या घरात वर्षानुवर्ष चालत आला असेल! असल्या संसारात संकटे कसली येणार? वादळे काही बादलीत होत नाहीत!

अगदी खेडवळ मनुष्याचे आयुष्य सुद्धा समुद्रासारखे असते नि त्यात मधून मधून लहान मोठी वादळे होत असतात, हे बापूंच्या बोलण्यावरून मला कळून चुकले.

माझे जेवण झाल्यावर त्यांनी बायकोला पेज वाढली. स्वतःचे ताट वाढून घेतले नि आपले जेवण झाल्यावर स्वयंपाकघरातील सारी आवराआवर करून ते माझ्याबरोबर गोष्टी करायला ओट्यावर येऊन बसले.

आधी त्यांनी माझ्या कुटुंबाची सारी हकीकत विचारून घेतली. मी त्यांना सर्व गोष्टी सविस्तर सांगितल्या; पण करुणेचा मात्र कुठेच उल्लेख केला नाही. आपण किती ढोंगी आहो, याची मनुष्याला अशा वेळी खरी कल्पना येते!

माझी सारी हकीकत ऐकल्यावर बापू स्वतःविषयी बोलू लागले. माझ्या वडिलांविषयी शाळेतल्या बऱ्याच गमतीच्या गोष्टी त्यांनी हसत हसत मला सांगितल्या. स्वतःच्या संसाराची हकीकत सांगताना मात्र ते एकदम सद्गदित झाले. मधून मधून पालुपदासारखे एकच वाक्य ते बोलत! 'सुखाचा संसार म्हणजे मोठ्या वादळातून पैलतीराला लागलेली होडी.'

स्वयंपाकिणीची मुलगी म्हणून बापू पहिल्यापहिल्यांदा बायकोवर नाखूश असत. पण चतुर्थीच्या किंवा पक्षपंधरवड्याच्या दिवसांत आपल्याला घरी यायला कितीही उशीर झाला, तरी बायको आपल्यासाठी तिष्ठत उपाशी राहते, असे त्यांना आढळून आले. नवऱ्याच्या भटपणाच्या त्रासांत गाईवासरांच्या कामाची भर पडते, म्हणून लवकरच ती गोठ्यातले सारे काम स्वतः करू लागली. पहिल्यांदा एका मारक्या म्हशीने तिला खूप जोराने ढकलून दिले; पण न भिता ती ते सारे काम करू लागली.

बापूंनी आपल्या बायकोच्या असल्या लहानसहान किती तरी गोष्टी सांगितल्या

मला. चिमुकल्या फुलांना काही कामी सुगंध नसतो. त्यांच्या लहान-सहान प्रसंगांच्या त्या आठवणी तशाच होत्या. शेवटी ते म्हणाले, "दुसऱ्याला सुख देणं म्हणजे काय, हे तिने मला शिकवलं. ज्याला सुख द्यायचं, त्याचं दुःख आपण कमी केलं, म्हणजे झालं!"

त्यांना एकंदर तीन मुले. दोन मुली भिक्षुकाच्या मानाने चांगल्या स्थळी पडल्या होत्या. मुलगाही फार हुशार निघाला. एका यजमानाच्या आश्रयाने तो मॅट्रिक झाला.त्याला मोठी शिष्यवृत्ती मिळाली. घरातून त्याला शक्य तेवढी अधिक मदत मिळावी, कॉलेजात तो अगदी सुखी राहावा, म्हणून आईबाप घरी शेती करायला लागले. पैसे घेऊन जाणाऱ्या-येणाऱ्या माणसाला जेवायला घालायलाही आईने सुरुवात केली! आपला मुलगा मोठा व्हावा, म्हणून कुठल्याही प्रकारच्या कष्टांना ती कंटाळली नाही. कसलेही काम करण्यात त्याने कमीपणा मानला नाही. पण....

माझ्या काळजात चर्रर्र झाले! आईबापांनी इतक्या कष्टाने वाढविलेला मुलगा– चांगला हातातोंडाला आलेला एकुलता एक मुलगा एकाएकी –

बापू मधेच उठले नि आत गेले. मला वाटले – मुलाच्या आठवणीने त्यांना गहिवर आला असावा; पण लगेच ते एक पत्र घेऊन परत आले. पत्र माझ्या हातात देत ते म्हणाले,

"एरवी ताप आला, तरी ही कधी निजून राहायची नाही; पण हे आल्याबरोबर मात्र तिनं अंथरूण धरलं."

पत्र अगदीच त्रोटक होते.

'ती. बापू यांस, सा. न. वि. वि

मी तुमचा नि आईचा फार फार अपराधी आहे. तुम्ही माझ्यासाठी इतके कष्ट केले नि....

माझं एका श्रीमंत मुलीवर प्रेम बसलं होतं. दोन वर्षं तिनं मला खेळवलं नि आज....

आज कुठं तरी जाऊन जीव द्यावा, असं वाटतंय मला. आईला सांगा,तुला फक्त दोन मुलीच झाल्या. देवानं तुला मुलगा दिला नव्हता.

मी कुठं तरी दूर जाणार आहे. मन शांत झालं, तर परत येऊन भेटेनच. नाही तर....'

तुमची दुर्दैवी,
– प्रभाकर

मी बापूंना पुढे काही तरी विचारणारच होतो. इतक्यात शेजारच्या खेड्यातली दोन-तीन माणसे त्यांच्याकडे आली. त्यांच्या घरी षष्ठीपूजन होते. त्यांचा नेहमीचा

भट आयत्या वेळी आजारी पडला होता.

बापू जावे की न जावे, या विचारात पडले.

'बायकोला ताप आला आहे.' असे त्यांनी त्या मंडळींना सांगितलेही. घरी परत यायला रात्र होईल. म्हणून ते कां-कूं करीत असावेत. 'मी आहे की घरी' असे मी म्हटले, तेव्हा कुठे ते जायला कबूल झाले.

संध्याकाळी बापू जायला निघाले, तोपर्यंत सखाराम काही माझ्याकडे फिरकला नव्हता. ज्या कामासाठी मी आलो, त्याचे काय होणार, या शंकेने मी विचारले,

"तो सखाराम कसा काय मनुष्य आहे?"

"फार प्रामाणिक आहे तो! तुझी फीबी बुडवायचा नाही हं कधी! उपाशी राहील, पण कुणाच्या ऋणात राहणार नाही तो!"

मी नको नको म्हणत असताना आईंनी आपल्या हाताने चुलीवरून भात उतरलाच.

माझे जेवण होते, तोच सखाराम बाहेर आला.

हात धुवून मी उत्सुकतेने ओट्यावर आलो. पण सखाराम एकटाच आला होता.

मी त्याच्याकडे रोखून पाहताच तो म्हणाला, "हेलपाटा पडला साहेब, तुम्हांला. त्या राक्षसाला तिचा बेत कळला नि त्यानं तिला जीव घ्यायचं भयबिय घातलं की काय, देव जाणे! सकाळी दहा वाजता ती नदीवर गेली, म्हणे. अजून पत्ता नाही तिचा! सारं गाव धुंडाळलं मी! शेजारच्या दोन खेड्यांतसुद्धा बघून आलो!"

क्षणभर थांबून त्याने धोतराच्या शेवाला गुंडाळलेले पाच रुपये काढले नि ते पुढे करीत तो म्हणाला,

"साहेब, त्रास पडला तुम्हाला!"

ते पैसे मी त्याला परत दिले.

त्या बाईला माझ्याकडून मदत झाली, तर पाचच काय, पण पंचवीस रुपये मी तुझ्याकडे मागीन; अशी सखारामाची कशीबशी समजूत घालून मी ज्याला पाठवून दिले.

आता येऊन पाहतो, तो आई अंथरुणावर कण्हत होत्या. त्यांच्या कपाळाला हात लावून पाहिला. फार कढत झाले होते ते. तापात चुलीजवळ बसायला नको होते त्यांनी! पण....

खूप आढेवेढे घेतल्यानंतर थोडी कॉफी घ्यायचे त्यांनी कबूल केले. आईंनी सांगितलेल्या साऱ्या खाणाखूणा लक्षात ठेवून मी कॉफी, साखर यांचे डबे शोधून काढले.

चुलीवरून कॉफी उतरविताना माझा हात थोडासा भाजला; पण त्याची गंमतच वाटली माझ्या मनाला!

कॉफी पितापिता आई हसत म्हणाल्या, ''काय योगायोग असतात, बघा! शहरातले एक वकील इथं येऊन आपल्या हातानं मला कॉफी करून देणार आहेत, असं काल कुणी सांगितलं असतं, तर मी पळभरसुद्धा खरं मानलं नसतं! किती त्रास पडला तुम्हाला!''

त्यांना संकोच वाटू नये, म्हणून मी म्हटले,

''तुमच्या प्रभाकरासारखाच आहे मी तुम्हाला!''

प्रभाकराचे नाव ऐकताच त्यांना हुंदका आला. तो आतल्या आत दाबून त्या म्हणाल्या,

''मला जर लिहिता येत असंत, तर....''

''तर काय?''

त्या काही बोलणार नाहीत असे मला वाटले होते; पण तापात खूप बोलण्यानेच मनुष्याला हलके वाटते, हा अनुभव या खेडवळ व प्रौढ स्त्रीच्या बाबतीतही खरा ठरला.

आई म्हणाल्या,

''मी प्रभाकराला लांबलचक पत्र लिहिलं असतं. त्यात माझी जन्मापासूनची हकीकत लिहिली असती. लग्नाच्या आधी एका कॉलेजातल्या मुलाची नि माझी किती मैत्री झाली होती, हे त्याला सांगितलं असतं....''

मला बाबासाहेबांची आठवण झाली. या प्रौढ स्त्रीच्या हृदयात पहिल्या प्रेमाचा अंकुर अजूनही दडून बसला आहे, अशी माझी खात्री झाली. माझ्याकडे पाहून आई म्हणाल्या,

''नि शेवटी त्याला लिहिलं असतं – असली मैत्री म्हणजे अळवावरलं पाणी! ती मैत्री टिकली असती, तर आज मी वकिलीण झाले असते, पण भिक्षुकाची बायको होऊन सुद्धा मी सुखी झाले. लहान मुलांना एक गोष्ट कळत नाही. कोवळ्या वयातली मैत्री म्हणजे कणकेचा गोळा. कच्ची कधी कुणी खात नाही नि खाल्ली, तरी ती कुणाला पचत नाही. त्या कणकेच्या पाठीत लाटणं बसावं लागतं; मग तिला तापलेल्या तव्यावर चढावं लागतं. तेव्हा कुठं....''

करुणेच्या त्या सिद्धान्तातले सत्यच ही अशिक्षित बाई आपल्या भाषेत बोलून दाखवीत होती!

■

चार

बापूभटजींना परत यायला अकरा तरी वाजतील, असे आई म्हणाल्या. त्यांनी मी नको नको म्हणत असतानाच मुद्दाम उठून माझे अंथरूण घातले नि 'उगीच जागू नका,' असे मला मोठ्या प्रेमळपणाने सांगितले. आईंना बरे वाटावे, म्हणून मी माझ्या अंथरुणावर थोडा वेळ आडवा झालो; पण काही केल्या माझे डोळेच मिटेनात!

सारी सोंगे आणता येतात; पण पैशाचे सोंग आणता येत नाही, ही म्हण मला अगदी खोटी वाटू लागली.

मनुष्याला एक वेळ पैशाचे सोंग आणता येईल, प्रीतीचे सोंग आणता येईल – पण झोपेचे सोंग? छे:! ज्याला झोप येत नाही, तो पाण्याबाहेर काढलेल्या मासळीसारखा तळमळत असतो.

मी एकसारखा या कुशीवरून त्या कुशीवर होत होतो. आईंच्या ते लक्षात आले असावे. त्या हळूच म्हणाल्या,

'परक्या जागेत माणसाला लवकर झोप येत नाही!'

मी हसून त्यांच्या म्हणण्याला दुजोरा दिला आणि अंथरुणावरून उठून अंगणात आलो. थोडा वेळ शतपावली केल्यावर मन थोडेसे स्वस्थ झाले. भोवतालच्या शांत निसर्गाची छाया माझ्या मनावरही पडली असावी!

शांत – किती शांत होते सारे जग! झाडांची पाने हलत नव्हती, पाखरांच्या पंखांची फडफड ऐकू येत नव्हती, आकाशातल्या तारकासुद्धा देवघरातल्या नंदादीपाप्रमाणे स्निग्ध आणि गंभीर दिसत होत्या.

बापूभटजींचे घर अगदी गावाच्या टोकाला होते. अंगणातून फिरताना दूर पलीकडे गावातले चार-पाच दिवे तेवढे काजव्यांप्रमाणे चमकताना दिसत. मधूनच एखाद्या कुत्र्याचे भुंकणे ऐकू येई. त्यामुळे आपण एखाद्या खेडेगावात आहो, असे तरी वाटे. नाही तर पुराणकाळातल्या एखाद्या ऋषीच्या आश्रमात

आपण आहो, असा भास होण्याइतके सारे वातावरण शांत, सौम्य आणि गंभीर होते.

माझेही मन शांतिदेवतेची निसर्गाने बांधलेली ही रम्य पूजा पाहण्यात गुंगून गेले. पण ते घटकाभरच!

लगेच माझ्या मनात आले – निसर्गाला मनुष्याच्या सुखःदुखाची कल्पनाच नाही; मग काळजी कुठून असणार? आकाशातल्या या तारका – यांनी रामाने टाकून दिलेली सीता एखाद्या भिकारणीप्रमाणे अरण्यातल्या शिलाखंडावर बसलेली पाहिली असेल – यांनी झाशीच्या लक्ष्मीबाईचे बलिदानही उघड्या डोळ्यांनी पाहिले असेल! असल्या विलक्षण प्रसंगी सुद्धा त्या अशाच हसत राहिल्या असतील! तसे पाहिले, तर तारका आणि दगड यांच्यात काय अंतर आहे!

दुखणेकऱ्याच्या उशाशी ठेवलेल्या दिव्यावर त्याच्या प्रकृतीतल्या चढउतारांचा काय परिणाम होणार? निसर्ग त्या दिव्यासारखाच आहे. तो आपले कार्य आंधळेपणाने करत असतो, या आंधळ्याच्या मागे लागून खड्ड्यात पडायचे नसेल, तर मनुष्याने –

प्रभाकराने बापूभटजींना लिहिलेल्या पत्रातली वाक्ये मला एकामागून एक आठवू लागली.

'.... मी तुमचा नि आईचा फार फार अपराधी आहे. तुम्ही माझ्यासाठी इतके कष्ट केले नि....'

'.... माझं एका श्रीमंत मुलीवर प्रेम बसलं होतं. दोन वर्षं तिनं मला खेळवलं नि आज....'

'आज कुठं तरी जाऊन जीव द्यावा, असं वाटतंय!'

हे पत्र वाचून बापूभटजींच्या आणि त्यांच्या बायकोच्या मनाची काय स्थिती झाली असेल, याचे चित्र माझ्या डोळ्यांपुढे मूर्तिमंत उभे राहिले. फार लांबून पाणी आणून, ते एखाद्या आंब्याच्या कलमाला घालावे, झाड भराभरा वाढत जावे, त्याला मोहोर येऊन त्याचा सुगंध सगळीकडे दरवळावा, झाडावर हिरव्या कैऱ्या दिसू लागाव्यात आणि एके दिवशी निरभ्र आकाशातून वीज कोसळून त्या झाडावर पडावी! झाडाचे खोड जेवढे शिल्लक राहावे – पण पाने आणि फळे यांचा मागमूस सुद्धा राहू नये!

प्रभाकराला खेळविणाऱ्या त्या श्रीमंत मुलीला आपण दोन निरपराधी वृद्ध जीवांच्या आयुष्यांतल्या आनंदाचा चोळामोळा करीत आहो, याची पुसट कल्पना सुद्धा आली नसेल! पण....

निसर्गाचा खेळ होतो; पण माणसांचा जीव जातो!

आज प्रभाकर इथे असता, तर माझ्या आयुष्यात करुणा पूर्वी येऊन गेली

असूनही मी अरुणेच्या सहवासात सुखी आहे, हे मला त्याला जीव तोडून सांगता आले असते.

माझ्या हृदयाच्या गाभाऱ्यातून कुणी तरी विचारले,

'देवदत्त, तू सुखी आहेस? पूर्ण सुखी आहेस?'

या प्रश्नाचे उत्तर....

घराच्या दिशेने कसला तरी प्रकाश जवळ जवळ येऊ लागला होता.

मी निरखून पाहत राहिलो.

बापूभटजीच होते ते!

डाव्या हातात कंदील, उजव्या हातात काठी, खांद्यावर मोटली.

मुलाला सुखी करण्याकरिता वर्षानुवर्ष हा जीव असा रात्री-अपरात्री काम करीत अंधारातून एकटाच जात-येत राहिला होता.

पण त्याचे फळ?

बापूभटजी अंगणाजवळ आल्यामुळे माझे विचारचक्र थांबले.

"अजून जागेच आहात तुम्ही?" त्यांनी हसत हसत मला प्रश्न केला.

मी उत्तर दिले,

"सकाळी परत जायचंय मला ! तेव्हा म्हटलं, तुम्ही परत आल्यावर थोडा वेळ बोलत बसू नि मग...!"

पाय धुवून बापूभटजी ओट्यावर आले. पितळी डब्यातले एक अर्धवट पिकलेले पान घेऊन मोठ्या नाजूक हाताने त्यांनी त्याच्या शिरा काढल्या. त्याला इवलासा कात लावला आणि चिमूटभर तंबाखू घालून त्यांनी ते पान तोंडात टाकले.

तो विडा आणि आमच्या गप्पा हां, हां म्हणता रंगल्या.

बापूभटजींच्या बोलण्यात मोठा गोडवा होता. खेडेगावातले आपले निरनिराळे अनुभव ते इतक्या तन्मयतेने सांगत होते की, हास्यरसापासून करुणरसापर्यंत सर्व रसांचा आस्वाद त्यांनी मला एका तासात दिला. त्यांचे बोलणे ऐकत असताना मला एकसारखे वाटत होते, खरी भूक असली की, मनुष्य भातपिठले मिटक्या मारीत खातो, पण भरल्या पोटी त्याला श्रीखंडपुरीची सुद्धा शिसारी येते. आयुष्याच्या बाबतीतही असेच आहे. जीवन सुखी व्हायला माणसाला जगण्याची भूक हवी – अगदी कडाडून लागायला हवी ती भूक! जगात शरीराप्रमाणे मनाचेही अग्निमांद्य असले पाहिजे आणि त्यामुळेच मनुष्याचे दुःख वाढत असावे.

बापूभटजी एकदम बोलायचे थांबले. माझ्या मनात आले – ते खूप दमले असावेत. सकाळपासून रात्री बारा वाजेपर्यंत हरतऱ्हेचे काबाडकष्ट करणाऱ्या त्या वृद्ध शरीराने या वेळी विसाव्याची अपेक्षा करणे योग्यच होते.

मी उठू लागलो.

पण बापूभटजी मात्र उठेनात!

एक आवंढा गिळून अंगणातल्या तुळशीकडे पाहत ते म्हणाले,

"देवदत्त...."

त्यांचा आवाज एकदम घोगरा झाला होता.

मी चमकलो.

बापूभटजींनी माझ्याकडे मान वळवून वर पाहिले, त्यांच्या डोळ्यांत मूर्तिमंत कारुण्य अवतरले होते. ते पुन्हा आवंढा गिळून म्हणाले,

"एक भीक मागणार आहे मी तुमच्याकडे!"

माझ्या वडिलांचा बालमित्र – एक सात्त्विक आत्मा – आणि त्याची अशी केविलवाणी स्थिती व्हावी!

मी बापूंच्या जवळ बसून म्हटले,

"वडील माणसांनी लहानांपाशी भीक मागायची नसते, त्यांना आज्ञा करायची असते!"

हे वाक्य उच्चारल्यानंतर ते नाटकी आहे, याची जाणीव मला झाली. पण ते ऐकून बापूंच्या डोळ्यांतले कारुण्य कमी झाले, हे मात्र खरे!

ते सद्गदित स्वराने म्हणाले,

"माझं दु:ख मी कसंही सोशीन; पण घरकरणीचं दु:ख – बिचारी दु:ख भोगायलाच जन्माला आली की काय, कुणाला ठाऊक! लग्न झाल्यावर मी सुख दिलं नाही! – मुलं झाल्यावर त्यांनी सुख दिलं नाही! मुलांना काही कमी पडू नसे, म्हणून जन्मभर शिळा भात खात आली – विटकी जुनेरं नेसत आली. कधी घराबाहेर पडली नाही की तीर्थयात्रेला गेली नाही! आणि आता या प्रभाकरानं...."

त्यांना पुढे बोलवेना. मलाही, त्यांचे समाधान कसे करायचे, ते कळेना.

फुलपात्रातल्या पाण्याची चूळ भरून बापूभटजी म्हणाले,

"या पोरट्याने म्हारणीशी लग्न केलं असतं, तरी सुद्धा मी गप्प बसलो असतो – आपला मुलगा जगात कुठं तरी सुखी आहे, एवढ्यावर ही सुद्धा स्वस्थ राहिली असती, पण....

"टपालवाला घराकडे येऊ लागला, की माझे प्राण कसे कासावीस होऊ लागतात. वाटतं – कुणाचं, कसलं पत्र हा घेऊन येतोय, कुणाला ठाऊक! त्या पत्रात प्रभाकराविषयी काही वेडंवाकडं असलं, तर...."

मूल कितीही मोठे झाले, तरी आईबापांची माया काही कमी होत नाही. एखाद्या दिवशी चिमुरड्या अजयचे अंग तापले, तर माझ्या मनाची जी कालवाकालव होते, तीच बापूंच्या मुद्रेवरही या वेळी प्रतिबिंबित झाली होती.

घोट, दोन घोट पाणी पिऊन बापू म्हणाले,

देवदत्त, प्रभाकराचं पत्र आल्यापासून हिनं तर अंथरूणच धरलंय! हिला सोडून कोल्हापूरला पोराला शोधायला जावं, तर.... आणि मला कसला कपाळाचा शोध लागणार तिथं! ना कुणाची ओळख, ना देख! लघुरुद्र सोडून महारुद्र करायचा असला, तर जेठा मारून बसेन मी! पण परक्या गावात माझ्यासारख्या भिक्षुकाला कोण विचारणार? तुम्ही जर मनावर घेतलंत....''

शक्य तितक्या लवकर प्रभाकराचा शोध करण्याकरिता कोल्हापूरला जाण्याचे मी बापूंना आश्वासन दिले.

मी आत अंथरुणावर जाऊन पडलो.

बापू क्षणभर आपल्या अंथरुणावर जाऊन पडले.

लगेच ते उठले आणि आईंच्यापाशी गेले. त्यांनी हळूच त्यांच्या कपाळाला हात लावून पाहिला. मग ते आईंच्या पायांपाशी जाऊन बसले व त्यांच्या पायांवरून हात फिरवू लागले.

'उघडि नयन रम्य उषा, हसत हसत आली' ही रेंदाळकरांची कविता लहानपणी मी मनोरंजनच्या एका जुन्या अंकात वाचली होती. त्या कवितेजवळच पलंगावर निजलेल्या एका सुंदर तरुणीला तिचा प्रियकर हे गीत म्हणून जागे करीत आहे, असे चित्र होते.

त्या चित्रापेक्षाही मी पाहत असलेले दृश्य अधिक मोहक वाटले मला.

आईंना गाढ झोप लागली असावी. पण थोड्याच वेळात आपल्या पायांवरून कुणी तरी हात फिरवीत आहे, एवढे त्यांना जाणवले असावे. त्या अर्धवट गुंगीत होत्या की काय, कुणाला ठाऊक! पण त्यांनी विचारले,

''कोण पाय रगडतंय माझे?.... प्रभाकर?''

''अं हं!'' बापू म्हणाले.

''मग कोण?''

''त्याचा बाप!''

''इश्श!''

कॉलेजात करुणेच्या तोंडून अनेकदा आणि लग्न झाल्यापासून अरुणेच्या तोंडून दररोज दहादा मी हा गोड उद्‌गार ऐकत होतो. पण आता आजारी आईंच्या तोंडून बाहेर पडताना त्याच्यातली विलक्षण माधुरी मला पुरेपुर कळली.

अरुणा आणि करुणा यांच्या 'इश्श!' मध्ये बागेत थयथय नाचणाऱ्या कारंज्याच्या तुषारांचे सौंदर्य होते. पण आईंच्या 'इश्श' मध्ये पहिल्या पावसाच्या टपोऱ्या थेंबांची शोभा होती. मला वाटले – 'इश्श'हा नुसता लज्जा व्यक्त करणारा शब्द नाही. तो सफल झालेल्या प्रेमाचा, समाधान पावलेल्या आत्म्याचा उद्‌गार आहे. बाळकृष्णाने यशोदेला आपले चिमुकले मुख उघडून विश्वरूप दाखविले, अशी एक कथा आहे

ना? स्त्रीचा – विशेषत: वृद्ध स्त्रीचा 'इश्श' हा उद्‌गार तसाच आहे. अशी कल्पना या वेळी माझ्या मनात आल्यावाचून राहिली नाही.

पहाटेपर्यंत मला या 'इश्श' चीच स्वप्ने पडत होती.

मी पाणबुडा होऊन समुद्रात उतरलो हातो. भराभर शिंपले गोळा करीत होतो, इतक्यात कुठून तरी 'इश्श' हा शब्द मला ऐकू आला. एका शिंपलीचे तोंड उघडले होते. या लहानशा शिंपलीत अगदीच लहान मोती असेल, या कल्पनेने मी तिच्याकडे पाहिले. पण ते मोती लहान तर नव्हतेच. आणि त्यांचे पाणी? हिरेमाणकांचे तेजसुद्धा त्या पाण्यापुढे फिक्के पडले असते.

थोड्या वेळाने मी पाहिले. माझ्या हातांत अरबी भाषेतल्या सुरस आणि चमत्कारिक गोष्टींचे पुस्तक होते. अलिबाबाची गोष्ट वाचीत होतो मी! त्याने 'तिळा उघड' म्हणताच गुहेचे दार उघडे होते, तो आत जातो आणि गुहेतले ते वैभव पाहून कुणीतरी माझ्या कानात गुणगुणले –

'ही गुहा हे एक रूपक आहे!'

"रूपक!"

"हो!"

"कशावरलं?"

"मनुष्याच्या आयुष्यावरलं!"

"म्हणजे?"

"माणसाच्या हृदयातही असंच रत्नभांडार असतं; पण त्या हृदयाचं दार कसं उघडायचं, हेच पुष्कळांना कळत नाही!"

"प्रेमानं?"

"प्रेमात खूप प्रकार असतात!"

"खूप?"

"हो, तारुण्याचं आकर्षण – बुद्धीचं आकर्षण – सौंदर्याचं आकर्षण – पण नुसतं आकर्षण म्हणजे प्रेम नव्हे!"

"मग?"

"त्या आकर्षणाचं रूपांतर भक्तीत व्हावं लागतं! भक्ती म्हणजे दुसऱ्यासाठी स्वत:ला विसरण्याची शक्ती! ज्याला स्वत:च्या सुखाची कल्पना विसरता येत नाही, मोठेपणाची कल्पना विसरता येत नाही, दुसऱ्याच्या हृदयाची पूजा करता येत नाही, त्याच्या प्रेमाला भक्तीचं स्वरूप कधीच प्राप्त होत नाही. आकर्षणाचा आत्मा उपभोग हा आहे. उलट, भक्तीचा आत्मा त्याग आहे!"

मी टागोरांचे काव्यगायन ऐकत आहे की काय, हे मला कळेना.

कपाळावर आठी घालून मी उद्‌गारलो,

"मला नाही हे पटत!"

"समोर भक्तीचं उदाहरण असूनसुद्धा तुला हे पटत नाही? बापूभटजींच्या या म्हाताऱ्या बायकोला लग्न झालं, त्या दिवशी बाबासाहेबांची आठवण झाली नव्हती, असं तुला वाटतं, की काय? पण आयुष्य ही रानावनांतून एकटी वाहणारी नदी नाही, योगायोगानं दुसऱ्या नदीला मिळणारा ओढा आहे, हे तिनं चटकन ओळखलं! नवऱ्यासाठी, मुलांसाठी, घरासाठी ती जगली – सुखी झाली! जीवन हा कल्पवृक्ष नाही; आम्रवृक्ष आहे. त्याचा पुष्कळसा मोहर जळून जातो, पण त्याला जी फळं लागतात, ती गोडच असतात. त्यातले अतिशय गोड फळ – मघाशी बापूभटजी तुझ्यासमोर बायकोचे पाय चेपीत बसले, हे तू पाहिलंस ना? आणि नवरा इतक्या प्रेमानं आपली सेवा करीत आहे, हे पाहून या प्रौढ स्त्रीच्या तोंडून निघालेला 'इश्श'हा शब्द!"

उजाडेपर्यंत तो शब्द या नाही त्या स्वप्नात मला दिसतच होता.

बापूभटजी व आई यांना, एक-दोन दिवसांत कोल्हापूरला जाऊन प्रभाकराचा शोध करतो, असे आश्वासन देताना मला मोठा आनंद झाला. मात्र मोटारीतून घरी परत येईपर्यंत एक प्रश्न राहून राहून माझ्या मनात घोळत होता – कोल्हापूरला जाणे सोपे आहे; पण प्रभाकरचा पत्ता लागणे मात्र....

बापूभटजींनी दिलेल्या प्रभाकराच्या खोलीत पत्ता मी नीट टिपून घेतला होता; पण त्या खोलीतला त्याच्याबरोबर राहणारा विद्यार्थी या बाबतीत मला कसली मदत देणार? पोलिसांकडे चौकशी केली, तर....

पण ही चौकशी व्हायच्या आतच प्रभाकराने जीव दिला, तर? हल्ली वर्तमानपत्रात दररोज चार-पाच तरी आत्महत्यांच्या बातम्या असतातच. यंत्रांनी जगाचा काय फायदा झाला असेल, तो असो; पण पूर्वीपेक्षा आत्महत्येच्या सोयी त्यांनी अधिक केल्या, यात काही शंका नाही.

बापूभटजींना आणि आईंना मी खोटी आशा दाखविली, हे काही बरे झाले नाही. पण आता या हळहळीचा काय उपयोग होता?

कोल्हापूरला जाऊन येणे तर जरूर होते, अरुणेला बरोबर नेली, तर तिला अनायासे अंबाबाईचे दर्शन होईल, असा मनात विचार करीतच मी घर गाठले.

एरव्ही मी एकटा कोल्हापूरला जायला निघालो असतो, तर अरुणेने अंबाबाईच्या दर्शनाचा हट्ट धरला असता; पण आज अंबाबाईपेक्षाही तिला दुसरीकडील ओढ लागली होती.

मी घरात पाऊल टाकले न टाकले, तोच अरुणा माझ्यापुढे एक पत्र नाचवीत आली नि हसत हसत ती म्हणाली,

"कुणाचं पत्र आहे, ते सांगा, बघू!"

"तुला झालेल्या आनंदावरनं ते माझंच असावं, असं वाटतं! पण घरातल्या घरात बायकोला प्रेमपत्र लिहिणारा आणि विनाकारण एक आणा खर्च करणारा नवरा महामूर्ख असला पाहिजे!"

"इश्श! या पत्रात काय आहे, ते तरी ओळखावं?"

"बघ हं!"

"बघितलं!"

"तुझी कुणीतरी मैत्रीण बाळंतीण होऊन तिला मुलगा झाला असेल!"

"अंऽहं."

"जॉर्जेटची पातळं स्वस्त झाल्याची बातमी असेल."

"मी बोलायची नाही हं अशानं!"

"आता शेवटचं हं!"

मी काहीतरी चुकीची कल्पना करणार, म्हणून अरुणा मिश्किलपणाने माझ्याकडे पाहत होती. पण माझ्या तोंडातून एक शब्द जसजसा बाहेर पडू लागला, तसतसे तिच्या मुद्रेवर आश्चर्य दिसू लागले.

एखाद्या ज्योतिष्याने आयुष्यात घडलेल्या गोष्टी भरपूर सांगायला सुरुवात करावी, त्याप्रमाणे मी बोलत गेलो.

"हे तुझ्या माहेरचं पत्र आहे. तुझ्या दोन्ही बहिणी माहेरी आल्या आहेत, म्हणून तुझ्या भावानं तुलाही बोलावलं आहे. तुझ्या – अजयच्या वाटेकडे सारे लोक डोळे लावून बसले आहेत, दिवाळी दोन महिन्यांवर आलीच आहे. तेव्हा दोन महिने माहेरी राहिल्यासारखंही होईल."

मी आणखी पुष्कळ बडबडत राहिलो असतो.

पण अरुणा जवळ येऊन लाडीकपणाने माझ्याकडे पाहत म्हणाली,

"मग जाऊ ना मी?"

"मी अजयएवढा असतो, तर बरं झालं असतं!"

"इश्श!"

"म्हणजे आपलं तुझ्याबरोबर माहेरी दोन महिने मजेत राहायला मिळालं असतं!"

"एक युक्ती आहे त्याला!"

"कुठली?"

"मला पोहोचवायला म्हणून यावं आणि आजारी पडल्याचं सोंग करावं!"

"वकिलाची बायको आहेस खरी!"

अरुणा लगेच जाण्याची तयारी करू लागली. जसजशी तिची ट्रंक सामान भरल्यामुळे जड होऊ लागली, तसतसे विरहाच्या कल्पनेने माझे मनही जड होऊ लागले. वाटले, अरुणेला आणखी दोन-तीन आठवड्यांनी जायला सांगावे.

तीन-चारदा हे शब्द माझ्या ओठांवर आले होते, पण माहेरी जाण्याच्या कल्पनेने तिला झालेल्या आनंदावर विरजण घालण्याची मला छाती होईना.

माझ्या खोलीच्या पलीकडेच तिची खाजगी खोली होती. तिच्यात तिचा एक सुंदर फोटो होता. तो काढून मी माझ्या खोलीत पलंगासमोर लावला नि अरुणेला म्हटले,

"तू गेलीस, तरी माझी अरुणा माझ्यापाशीच राहणार आहे!"

तिने आश्चर्याने माझ्याकडे पाहिले. मी समोरच्या फोटोकडे बोट दाखविले.

काही केल्या तिला हसू आवरेना. लगेच आपल्या खोलीत जाऊन अजयला खेळण्याकरिता आणून दिलेले सेल्युलॉईडचे एक बाळ घेऊन ती आली आणि ते पाळण्यात ठेवीत ती म्हणाली,

" नि हा तुमचा अजयही तुमच्यापाशीच आहे. मी परत आल्यावर या अजयला झोके देताना कुठली कुठली गाणी म्हटली आणि अरुणेला जवळ घेऊन तिच्या कानात स्वारीनं काय काय सांगितलं, ते सारं सारं कळायला हवं हं मला!"

अरुणेला नि अजयला बेळगावच्या मोटारीत बसवून मी कोल्हापूरच्या मोटारीकडे जायला निघालो, तेव्हा माझे डोळे ओलावल्यावाचून राहिले नाहीत. तीन-चारदा तरी मी मागे वळून पाहिले. घरून निघताना मी अरुणेला किती तरी वेळ बाहुपाशात घट्ट धरून ठेवले होते; पण उन्हाळ्यात कितीही पाणी प्याले, तरी घशाला एकसारखी कोरड पडते ना? तशी या वेळी माझ्या मनाची नि माझ्या शरीराची स्थिती झाली. अरुणेच्या स्पर्शसुखाच्या अतृप्तीने मला वेडावून सोडले. दोन महिने अरुणा पुन्हा परत येणार नाही – दोन महिने माझा सारा शीण नाहीसा करणारा तिचा स्पर्श मला मिळणार नाही! माझ्या मनात आले – विरहाला कुणी सहारातल्या प्रवासाची उपमा दिली नसली, तर ती मी देईन. सहारात मधून हिरवळ तरी दिसते! पण विरहात – छे! आता दोन महिने अरुणा पुन्हा आपल्याला दिसणार नाही, आपल्याजवळ येणार नाही, आपल्या तापलेल्या मनाला गारवा देणार नाही.

माझी मोटार सुटायला दहा मिनिटे अवकाश होता. काही तरी विसरल्याचे निमित्त करून पुन्हा अरुणेच्या मोटारीपाशी जावे नि पाच मिनिटे तिच्याशी बोलून यावे, अशी उत्कट इच्छा माझ्या मनात उत्पन्न झाली. पण लगेच आपल्या सनातनी समाजाचा मला रागही आला. आमच्या समाजात नवऱ्याने बायकोचा

निरोप घ्यायचा, तो दुरूनच! मी आता अरुणेपाशी गेलो आणि तिचे चुंबन घेतले, तर – तर लगेच मोटारातील लोक मला वेड्याच्या इस्पितळात पोचविण्याची व्यवस्था करतील.

मोटार सुरू झाली की, तिच्यातला उकाडा जसा कमी होतो, त्याप्रमाणे तिच्यातल्या उतारूंच्या मनाची तळमळही कमी होत असावी.

निदान माझे मन तरी थोडेसे शांत झाले खरे!

माझ्या कंपार्टमेंटमधल्या कडेच्या जागेवरून फ्रंट सीटवर डुलक्या घेत बसलेला एक ढेरपोट्या मला दिसत होता – मी मनात म्हटले, ड्रायव्हर मला पुढे बसायला सांगत होता, ते मी कबूल केले नाही, हे बरे झाले! नाहीतर हा लठ्ठंभारती निर्धास्तपणे माझ्या खांद्यावर मान टाकून ढाराढूर घोरत राहिला असता. अरुणेचे हक्काचे विश्रांतिस्थान या अजब वल्लीने बळकावले असते! देवाच्या दारातल्या पोळाला गाभाऱ्यात नेऊन बसविण्यासारखाच प्रकार झाला असता तो!

अरुणेच्या आठवणीने माझे लक्ष समोर बसलेल्या दोन तरुणींकडे गेले. त्यांच्या पलीकडे बसलेल्या मनुष्याला मी कुठे तरी पाहिले आहे, असे एकसारखे वाटू लागले. रुबाबदार, व्यसनाचा मूर्तिमंत पुतळा दिसत होता तो. त्याचे तांबडसर डोळे आणि नाकाचा विलक्षण रीतीने पुढे आलेला शेंडा त्याच्या दारूबाजीची साक्ष देत होते. त्याच्या ओठांची ठेवण आणि त्या तरुणींकडे वळणारी त्याची नजर.... त्या मनुष्याला मी दोन-तीन वर्षांपूर्वी कोर्टात पाहिले आहे, एवढे मला पक्के आठवले. कुठली बरे केस असावी ती!

बऱ्याच वेळानंतर मला आठवण झाली. कुणाची तरी बायको याने पळवून नेली होती.

माझ्या मनात एक विचित्र शंका उद्भवली – या दोन्ही तरुणींना हा बदमाश कुठे पळवून तर नेत नसेल ना?

उतारूच्या चौकसपणाचा आव आणून मी त्याला विचारले,

"कुठं चाललाय?"

"कोल्हापूरला!"

"काही काम आहे, वाटतं?"

"हो! या दोन्ही बहिणींना नरसोबाच्या वाडीला जायचंय!"

गुरुद्वादशीच्या दिवशी नरसोबाच्या वाडीला कोकणातली पुष्कळशी मंडळी जातात. भर पावसाळ्यात हा गृहस्थ तिकडे कशाला निघाला?

त्या दोन तरुणींच्याकडे पाहिल्यावर ही शंका अधिकच बळकावली. त्यांना बहिणीबहिणी म्हणायला माझे मन तयारच होईना. त्यातली थोरली बाई सुमारे पंचवीस वर्षांची होती; पण ती अंगाने किंचित स्थूल, काळीसावळी आणि मुद्रेवरून

अशिक्षित अशी वाटत होती. तिच्या हातांकडे मी पाहिले. शेतकाम आणि खेड्यातली दुसरी कामे करून माणसाच्या हाताला जो राठपणा येतो, तो तिथे स्पष्टपणे दिसत होता. तिने मधूनच आपल्याजवळच्या पुरुषाला काही तरी विचारले. तो तिथे शब्दांवरून नाही, पण स्वरावरून मात्र ती कुळवाडी असावी, असे मला वाटले.

.... आणि तिने प्रश्न विचारताच तिच्या त्या भावाने डोळे वटारून एकदम तिला चूप बसविले. बहीण-भावांच्या प्रेमाचा अजब मासला वाटला तो मला!

मी आळीपाळीने त्या दोन्ही तरुणींकडे पाहू लागलो. दुसरी बहिण वीस-एकवीस वर्षांची असावी. पण ती अंगाने मुळीच स्थूल नव्हती. तिचा वर्ण गोरापान होता. तिच्या नजरेत मधून-मधून कारुण्याची छटा दिसल्यावाचून राहत नव्हती. विशेष आश्चर्याची गोष्ट, म्हणजे मोटार सुरू झाल्यापासून या दोघी बहिणीं एकमेकींशी एक शब्दसुद्धा बोलल्या नव्हत्या.

या तरुणीला एकाच जागी अवघडून गेल्यासारखे झाले असावे. ती थोडीशी तिरपी झाली. तिच्या गळ्याभोवतालचा भाग आता मला स्पष्ट दिसत होता – माझे मन अगदी गोंधळून गेले. तिच्या कपाळावर कुंकू होते, पण गळ्यात मंगळसूत्र मात्र दिसत नव्हते.

अलीकडेच्या लग्न झालेल्या मुलींत मंगळसूत्र न घालण्याची आणि घातलेच, तर ते लपवून ठेवण्याची पद्धत सुरू झाली आहे, हे अरुणेकडून मी तीन-चार वेळा ऐकले होते. त्यामुळे हे पाहून जरी मला आश्चर्याचा धक्का बसला नाही, तरी माझ्या मनातला गोंधळ मात्र वाढला.

गाडी निपाणीहून सुटली, तेव्हा ही मुलगी डोळे मिटून बसली होती. गाडी सुटताच कुणी तरी मोठ्याने हाक मारली :

'मनोहर....'

ती केवढ्याने दचकली! आणि डोळे उघडल्यावर कितीतरी वेळ कावऱ्याबावऱ्या नजरेने ती भोवताली पाहत होती.

कोल्हापुरात मोटारीतून उतरताना या दोन बहिणींचा तो 'भाऊ' नरसोबाच्या वाडीला आता मोटारी जातात का? असा प्रश्न स्टँडवरच्या एजंटाला विचारीत होता.

मला संशयी मनाचा मोठा राग आला.

प्रभाकराची खोली सापडायला मला फारसा वेळ लागला नाही.

पण तो कुठे निघून गेला आहे, हे त्याच्या सोबत्यालाही कोडेच होते.

प्रभाकराचे प्रेम ज्या मुलीवर बसले होते, तिचे नाव सुलभा पंडित होते. सुलभेकडे जाऊन प्रभाकराची काही माहिती मिळाली, तर पाहावी, असा विचार

माझ्या मनात आला; पण प्रभाकराच्या मित्राने त्याला मोडता घातला.

मी खोलीतले प्रभाकराचे सर्व सामान तपासले. धड पुरेसे कपडेसुद्धा त्याने बरोबर घेतले नव्हते. दाढीचे सामान टेबलावर पडले होते. पुस्तके, वह्या-सारे जिथल्या तिथे होते.

कोपऱ्यात एक कुलूप लावलेली ट्रंक होती. मी प्रभाकराच्या मित्राला विचारले,

"ही ट्रंक कुणाची?"

"प्रभाकराची!"

"ही उघडून पाहिली होती का तुम्ही?"

"हिची किल्ली त्याच्यापाशीच आहे! शिवाय त्याचं सारं सामान वरच आहे, तेव्हा...."

मी खोलीबाहेर जाऊन एक लहानसा धोंडा आणला आणि एकाच घावात ते कुलूप फोडले.

कुलूप दूर फेकून देऊन मी ट्रंक उघडली.

वरच पत्रांची दोन छोटी पुडकी होती! प्रत्येक पुडके दोऱ्याने गुंडाळून त्यावर एक चिठ्ठी लावली होती.

पहिले पुडके उचलून मी त्याच्यावरली चिठी वाचली : 'अमृत!'

दुसरे पुडके उतावीळपणाने उचलून मी त्याच्यावरली चिठी वाचली : 'विष!'

ताडताड मी दोन्ही पुडक्यांचे दोर तोडले.

पहिल्या पुडक्यातले वरचेच पत्र उचलून मी ते वाचू लागलो....

'चि. प्रभाकर यास अनेक आशीर्वाद, आता तुझा ताप गेला आहे, हे वाचून आनंद झाला. तुझे पत्र येईपर्यंत तुझा आईच्या घशाखाली दोन घास सुद्धा उतरत नव्हते. सारखा एक ध्यास नि एक घोकणी! 'तिकडे प्रभाच्या पोटात काही जात नसेल, मग मी इकडे कशी जेवू?' तुला ताप येतोय, असे कळल्याबरोबर एकदम सत्यनारायणाला नवस बोलून गेली. दिवाळीच्या सुटीत तू घरी येशील, तेव्हा तुझ्याच हातानं सत्यनारायणाची पूजा करण्याचा बेत आहे तिचा!

तुझ्या आजारामुळे मला वीस रुपये अधिक पाठवावे लागले, हे खरं! पण त्यात इतकं जिवाला लावून घेण्यासारखं काय आहे?

मुलं सुखी, तर आईबाप सुखी!

तू कॉलेजात गेल्यापासून मला मोठं बळ आलंय! रात्रीअपरात्री जवळच्या खेड्यात जावं लागलं, तरी कुठल्याही कामाला नाही म्हणत नाही मी! पावसाळ्यात दोडकी नि पडवळी यांचे वेल सोडण्याकरिता आपल्याकडे मांडव घालतात ना? वडील माणसेही तशीच असतात. मांडवाच्या काठ्या आणि काटक्या अगदी रूक्ष, वेड्यावाकड्या आणि काळसर असतात. पण त्यांच्यावर हिरवेगार वेल पसरले

आणि त्या वेलांना दोडकी-पडवळी लोंबू लागली की, मग त्यांना जी शोभा येते –
तू मनात म्हणशील, 'आमचे बापू देखील कवी आहेत!'

तसा लहानपणी रघु आणि कुमार पाठ केलाय मी! पण खरं सांगू, लहानपणी
काव्य फक्त पुस्तकात असतं, तरुणपणी नुसत्या संसारात ते दिसतं; पण पन्नाशी
जवळ आली की, ते जगातल्या लहानसहान साऱ्या गोष्टींत भरलं आहे, असा
अनुभव येतो.

पत्र फार लांबलं. प्रकृतीला जपून अभ्यास कर. अभ्यासाची घाई असली, तरी
आठ दिवसांनी एक कार्ड टाकीत जा! तुझं पत्र वेळेवर आलं नाही, की मला खोटं
बोलण्याचं पाप करावं लागतं. तुझं जुनंच पत्र घेऊन मी स्वयंपाकघरात जातो आणि
तुझ्या आईला म्हणतो,' हे पाहा प्रभाचं पत्र आलंय! खुशाल आहे!'

तिनं सबंध पत्र वाचून दाखवा, असं म्हटलं, की माझी जी तिरपीट उडते,
म्हणतोस! जस्संच्या तस्सं वाचावं, तर ते जुनं पत्र आहे, हे तिच्या लक्षात यायचं!
नवीन मजकूर हां हां म्हणता बनवून वाचायचा म्हणजे....'

मी खाली सहीकडे पाहिले : 'बापू'

त्या दुसऱ्या पुडक्यातले वरचेच पत्र मी लगबगीने उचलेले.

खाली सहीकडे पाहिले : 'सुलभा!'

मी पत्र वाचू लागलो....

'प्रिय प्रभाकर,

उगीच इतके चित्रपट बघता तुम्ही! तीन वेळा त्या देवतेला गेलात; पण
त्या चित्रपटातलं एक अक्षर सुद्धा तुम्हाला कळलं नाही! ते कुठलं अक्षर, ते सांगू
का! 'च!'

ती पुष्पा अशोकचे पत्र घेऊन मच्छरदाणीत जाऊन बसते नि पत्राच्या शेवटचे
'तुझा अशोक' हे शब्द पाहून म्हणते, 'तुझा! नुसतं तुझा! तुझाच म्हटलं असतं,
तर? 'च' लिहायच्या वेळेला फाऊंटनपेनमधली शाई अगदी संपली असेल, नाही?'

तुमचं पत्र वाचताना तश्शी स्थिती झाली माझी!

मला वाटतं, पुरुष प्रेमाच्या बाबतीत चिक्कू असतात. आम्ही बायका मात्र अगदी
कर्ण....

हे वाचताना तुम्ही मनातल्या मनात एक कोटी कराल, हे ओळखून आहे मी!

पण तुम्ही त्या कर्णाच्या मागे जो शब्द लावाल, त्याच्याकडे लक्ष न देता मी
तुम्हाला गंभीरपणाने सांगते – प्रेम हे स्त्रीच्या आयुष्याचं सर्वस्व असतं!

पुष्कळशा पुरुषकवींना 'प्रेम म्हणजे काय' हे सुद्धा धड कळत नाही! केशवसुतांनी
एका कवितेत काय तारे तोडलेत पण! काय म्हणे –

प्रीति मिळेल का हो, बाजारी?
प्रीति मिळेल का हो, शेजारी?
प्रीति मिळेल का हो, बागांत?
प्रीति मिळेल का हो, शेतात?

बाजारात प्रीती मिळायला ती काय शेंदेलोण-पादेलोण आहे होय? नि प्रीती शेजारी मिळत असती, तर घर नंबर ९८ तला मुलगा आणि घर नंबर ९९ तली मुलगी; अशी भराभर लग्नं जमून सारे आईबाप तरी निष्काळजी झाले असते!

प्रीती बागेत फुलते खरी, पण बागेचं नाव? नंदनवन? छे! स्त्रीचं हृदय!

प्रीतीचं पीक ज्या शेतात येतं, ते शेत....

जाऊ दे!

मला तुझी पत्रं नकोत! तू हवास!

तुझी – नव्हे
तुझीच
सुलभा'

पत्र कसले? शस्त्र होते ते!

प्रभाकराच्या हृदयाला झालेल्या प्रेमभंगाची जखम केवढी असेल, याची मला आता पूर्णपणे कल्पना आली.

एखाद्या वेलीची मुळे मातीत खोलवर रुजवीत, तिच्यावर कळ्या सुद्धा दिसू लागाव्यात आणि एकदम सोसाट्याचा वारा येऊन ती मुळे उन्मळून पडावीत; मग ती वेल नि त्या कळ्या सुकून जायला कितीसा वेळ लागणार?

त्याच्या मनाची स्थितीही तशीच झाली असावी!

त्या दोन पत्रांच्या पुडक्यांकडे मी आळीपाळीने पाहू लागलो.

वात्सल्याने भरलेली ती प्रभाकराच्या आईबापांची पत्रे : अमृत!

प्रणयाच्या मोहिनीने नटलेली ती प्रभाकारच्या प्रणयिनीची पत्रे : विष!

जगात अमृत दुर्लभ आहे; पण विष मात्र - वनस्पतींपासून रसायनशाळेपर्यंत हवे तिथे विष मिळू शकते!

छे :! पण प्रेम हे विष नाही! ज्ञान हे विष आहे, की अमृत आहे, असा संशय मनुष्याला वारंवार येतोच की! काही विपरीत उदाहरणे पाहिली, की प्रेमाच्या बाबतीतही मानवी मन असेच साशकं होते!

नाही, ज्ञान हे विष नाही, प्रेम हे विष नाही. ज्ञानानेच मनुष्याला निसर्गाहून निराळे केले आहे. पशूपेक्षा उच्च कोटीत नेले आहे. प्रेम हेही तसेच....

पहिले प्रेम । ४५

माझे लक्ष ट्रंकेतल्या इतर सामानाकडे गेले. किरकोळ जुन्या सामानाच्या बाजूला तीन वह्या ठेवल्या होत्या.

मी पहिली वही उचलून तिचे पहिले पान उघडले – त्याच्यावर मोठ्या अक्षरांत लिहिले होते :

'माझी आत्महत्या!'

पाच

ते शब्द वाचताच माझे अंग एकदम शहारले. मग मला आठवले – मी वकील आहे.

थोडे दिवसांपूर्वी मी एक खुनाचा खटला चालविला होता. त्या वेळी मनुष्यस्वभावाच्या इतक्या काळ्याकुट्ट छटा माझ्या दृष्टीला पडल्या की, परमेश्वराने मनुष्य निर्माण करण्याची स्फूर्ती अमावास्येच्या रात्रीपासून घेतली असावी, अशी एक विचित्र कल्पना माझ्या मनाला चाटून गेली. पहिल्यापहिल्यांदा त्या खटल्यातल्या कित्येक गोष्टींची मला अगदी शिसारी येई. वारंवार वाटे, मनुष्याचे शरीर आणि मन ही दोन्ही बाहेरून सुंदर दिसतात, पण त्याच्या शरीराची चिरफाड करण्याचे काम जितके उबग आणणारे आहे, तितकेच त्याच्या मनाची चिकित्सा करण्याचे कामही किळसवाणे आहे. मानवी जीवन म्हणजे काम-क्रोध आणि लोभ-मत्सर यांचे तांडवनृत्य! दुसरे काही नाही!

पण माणूस सरावाने काहीही सहन करतो, हेच खरे! मुंग्या येऊन जड झालेल्या पायाला चिमटा घेतला, तरी कळत नाही. तो खटला चालविता चालविता माझे मनही तसेच जड, अगदी बधिर झाले. कुठलाही प्रश्न विचारताना माझ्या मनाला शरमल्यासारखे वाटेना किंवा कुठलीही बीभत्स अथवा भयानक घटना ऐकताना माझ्या अंगावर काटा उभा राहीना.

वकिलीत मनुष्य स्थितप्रज्ञ होतो, हेच खरे!

....आणि म्हणूनच कॉलेजातल्या एका बेपत्ता झालेल्या विद्यार्थ्याच्या वहीवरले 'माझी आत्महत्या' हे दोन शब्द वाचून माझ्या अंगावर शहारे आले; याचे मला क्षणभर आश्चर्य वाटले.

पण लगेच माझ्या मनात आले, प्रीतीने अंगावर उभ्या राहणाऱ्या काट्याचे कवींना कितीही वर्णन केले असेल, तरी भीतीने अंगावर उभा राहणारा काटा हेच

माणुसकीचे खरे चिन्ह आहे. प्रभाकरासारख्या अवघ्या वीस वर्षांच्या तरुणावर आत्महत्येचा प्रसंग यावा, ही किती विपरीत गोष्ट होती! ही आत्महत्या बेकारीपायी होती! छे! प्रेमापायी!

अन्न : माणसाची पहिली भूक!

प्रेम : माणसाची दुसरी भूक!

या दोन्ही भुकांत विलक्षण साम्य आहे. पण पहिली भूक भागविताना, मनुष्य हवे ते अन्न नाही म्हणून काय जीव देतो? श्रीखंडपुरी मिळाली नाही, तरी मीठभाकरीवर जगणारे लक्षावधी लोक जगात आहेतच की नाहीत? हापूसचे आंबे मूठभर श्रीमंत लोक खात असतील; म्हणून काय बाकीच्या गरीब लोकांनी रायवळ आंबे खायचे सोडून दिले आहे? द्राक्षे पाहून ज्याच्या तोंडाला पाणी सुटत नाही, असा मनुष्य जगात एकही सापडणार नाही. पण द्राक्षे मिळाली नाहीत, म्हणून काय जांभळे नि करवंदे टाकून द्यायची? त्यांना सुद्धा एक प्रकारची अवीट गोडी असतेच की!

प्रभाकराने, सुलभा लाभणार नाही असे दिसताच सर्वस्वी निराश का व्हावे? ही अलिकडची मुले अशीच दुबळी!

माझ्या मनाने अलिकडच्या मुलांची आणखीही पुष्कळ निंदा केली असती. पण इतक्यात मला करुणेची आठवण झाली. तिच्या लग्नाची बातमी मी वर्तमानपत्रात वाचली, तेव्हा माझे पहिले प्रेम आठवून घटकाभर मी वेड्यासारखा झालो होतोच, का नाही! आणि तिने अगदी प्रांजळपणाने पत्रातून आपले जे अनुभव कळविले, त्यांच्याविषयीही माझ्या मनात शंका आलीच की नाही? मग प्रभाकराला दोष देण्यात....

रस्ता नादुरुस्त आहे, हे अंधाऱ्या रात्री प्रवाशांना कळावे, म्हणून दोन तांबडे कंदील लावलेले असतात ना? प्रभाकराच्या पहिल्या वहीवरल्या त्या दोन शब्दांकडे माझी नजर गेली, की मला त्या तांबड्या कंदिलांची आठवण होत होती – वही उघडून वाचायला लागल्यावर आपल्याला काय कळणार आहे, याविषयी मनाला ओढ लागली असली, तरी भीती त्याला मागे खेचत होती – 'निर्णयापेक्षा संशय बरा,' या सुभाषिताचा अनुभव येऊन मन नुसत्या विचारतरंगांत रमून जायला तयार होते....

पण....

औषध कितीही कडू असेल, तरी मनाचा निश्चय करून ते घ्यावेच लागते. बापूभटजी आणि त्यांची बायको यांच्यासाठी तरी प्रभाकराने लिहून ठेवलेली हकीकत वाचणे मला भागच होते.

मी पहिले पान उघडून वाचू लागलो –

'माझी कॉलेजातली तीन वर्षे! जणू काही नाटकाचे तीन अंकच. हे नाटक शोकान्त होणार आहे. हे कॉलेजात पाऊल टाकले, त्या दिवशी मला कळले असते, तर आल्या पावली मी घरी परत गेलो असतो आणि बापूंच्याबरोबर भिक्षुकी करू लागलो असतो. रात्री पोतेरे घालून आई अंथरुणावर जाऊन पडली की, तिचे पाय रगडण्यात किती आनंद आहे, याचा अनुभव या वेळी सुद्धा घेत राहिलो असतो.

पण....

पाखराच्या पिलाला पंख फुटले की त्याने उडू लागावे – आभाळात खूप खूप उंच हिंडण्याची हिंमत बाळगावीं – यात अस्वाभाविक असे काय आहे?

मीही तसाच कॉलेजात आलो. वाटेल धडपड करून शिष्यवृत्ती, निदान नादारी मिळवीन – चार वर्षांत बी. ए. होईल – कुठे तरी मास्तर होईल आणि मग बापूंना म्हणेन,

'बापू, आता भटपणाकरिता रात्री-अपरात्री तुम्ही गावात जात जाऊ नका. दरमहा पंधरा-वीस रुपयांची मनीऑर्डर आल्यावर मग तुम्हाला काय कमी आहे?'

ताक करीत करीत माझे बोलणं ऐकणारी आई एकदम हातांतली दोरी सोडील आणि माझ्याकडे पाहून हसेल. तिच्या हसण्याचा अर्थ लक्षात घेऊन बापू म्हणतील,

'बघ, बाबा प्रभा. मुलगा मिळवता झाला की, मग माझ्यासारख्या बापाला काही काही कमी नाही. पण तिच्यासारख्या आईला मात्र – तिची भूक एवढयावर भागायची नाही. तुझ्या दोन हातांचे चार हात झाल्याशिवाय नि पुन्हा लवकर त्या चार हातांचे सहा हात झाल्याशिवाय –'

पाखरू घरट्याबाहेर पडले, ते आईबापांना चारा नेऊन द्यायला शिकावे, म्हणून पण चारा मिळायच्या आधीच त्याला बाण लागला – ते रक्तबंबाळ झाले! घरट्याकडे परत जावे नि आईच्या पंखांत शिरून त्या जखमेच्या वेदना सोसाव्यात, अशी त्याची फार फार इच्छा होती!

पण कुशीत शिरलेले ते विषारी बाणचे बारीक टोक – बिचारे आईबाप ते कसे काढणार? आत सलणाऱ्या त्या टोकाने जिवाची तडफड होत असताना, कुठंतरी बाजूला जाऊन प्राण सोडल्याशिवाय त्या पाखराला दुसरा कुठला तरी मार्ग मोकळा आहे का?

गेल्या तीन वर्षांकडे पाहिले, म्हणजे माझे मलाच हसू येते आणि वाटते, माणसाच्या मनाहून वारासुद्धा बरा! त्याला मुरलीत कोंडले की मंजूळ स्वर निघू लागतात. चंचल म्हणून ज्याला हिणवतात, तो पारा सुद्धा माणसाच्या मनापेक्षा निश्चल असतो. थर्मामीटरमध्ये कोंडून घातल्यावर बिचारा मुकाट्याने तापकऱ्याच्या वेदना डॉक्टराच्या कानात सांगण्याचे काम करू लागतो. पण माणसाचे मन –

त्याला कोंडता येत नाही, बांधता येत नाही. त्याचे तुकडे तुकडे करता येत नाहीत – आणि त्याची जाळून राखही करता येत नाही. हायस्कूलात असताना गीताजयंतीचे बक्षीस मिळवण्याकरता मी सारी गीता पाठ केली होती. त्यातले 'नैनं छिन्दन्ति शस्त्राणि' हे आत्माचे वर्णन मला किती आवडले होते. त्या वेळी माझ्या नेहमी मनात येई – या आत्मशक्तीच्या बळावरच मनुष्याचा देव होतो. आत्म्याची विलक्षण शक्ती नसती, तर महालातल्या मंचकावर झोपलेल्या सुंदर पत्नीच्या बाहुपाशातून मुक्त होऊन बुद्धाने अरण्याची वाट धरली नसती. अंगात ठोकल्या जाणाऱ्या खिळ्यांनी शरीराची तडफड होत असताना ख्रिस्ताने हसतमुखाने 'प्रभो, यांना क्षमा कर, आपण काय करीत आहो, हे यांना कळत नाही,' असे उद्‌गार काढले नसते. शिवाजीने औरंगजेबाच्या दरबारात पंचहजारी-दसहजारी सरदारांत बसण्याला ताठ मानेने नकार दिला नसता. दत्ताजी शिंद्यांनी लढाईत घायाळ होऊन पडल्यावरही शत्रूला 'बचेंगे, तो और भी लढेंगे' हे तेजस्वी उत्तर दिले नसते. कोलंबसाने सुवर्णभूमी शोधून काढण्याकरिता अफाट दर्यात, आपल्या आयुष्याची नौका सोडली नसती. रोगजंतू शोधून काढण्याकरता शास्त्रज्ञ आपल्या प्राणांवर उदार झाले नसते. टिळकांनी हद्‌पार होताना 'पृथ्वीवरल्या न्यायापेक्षा अधिक उच्च न्याय देणारी शक्ती जगात आहे.' असे उद्‌गार काढले नसते. साठीच्या घरात पोहोचलेल्या महात्माजींनी मूठभर मिठाने एका साम्राज्यशाहीला जिंकण्याचा प्रयत्न केला नसता.

आत्मशक्तीची असली किती किती उदाहरणे माझ्या डोळ्यापुढे उभी राहाताहेत. पण आंधळ्याला दुसऱ्याच्या दृष्टीचा काय उपयोग! मला देवाने आत्मा दिला, तो माझ्या हातून त्याची हत्या व्हावी, एवढ्याच हेतूने!

मी पहिल्यांदा कोल्हापूरला आलो, त्या वेळी कॉलेजाच्या नव्या जगाचे आकर्षण असूनही बापू व आई यांची आठवण झाली नाही, असा एक दिवसही पहिल्या सहामाहीत गेला नाही. दररोज पहाटे पहिली जाग आली की वाटे – अजून भूपाळी म्हणत गोठ्यातली झाडलोट करणाऱ्या आईचा आवाज कानांवर कसा येत नाही? थोडा वेळ डुलकी लागून पुन्हा जाग आली की, मनात येई – पूजेच्या वेळचा बापूंचा शांत-गंभीर स्वर अजून कसा आपल्याला ऐकू येत नाही? मग मी डोळे उघडून पाहत असे आणि आपला चहा आपणच केला पाहिजे, हे ओळखून मुकाट्याने अंथरुणावरून उठत असे.

पण पुन्हा जेवायच्या वेळी घराची हटकून आठवण होई मला! डबा आणून खोलीतल्या खोलीत आम्ही दोघे मित्र जेवीत होतो; पण जेवण कसले ते! 'आणखी घे' म्हणून आग्रह करणार नाही, की कुणी 'का, रे नको?' म्हणून प्रश्नही करणार नाही!

चार घास पोटात गेले की, मला जेवणाचा कंटाळा येई. आईने परड्यातल्या टाकळ्याचा – नाही तर शेवग्याचा पाला आणून त्याची भाजी केली, तरी ती मी घरी मिटक्या मारीत खात असे. पण इथे खाणावळीतली बटाट्याची भाजी खाताना सुद्धा प्रत्येक घास कसाबसा गिळल्यावाचून माझ्या घशाखाली उतरतच नसे.

एखाद्या कोंबड्याने अन्नाची नासाडी करावी, त्याप्रमाणे निम्मे अन्न पोटात घालून आणि निम्मे ताटात टाकून पानावरून उठताना माझ्या मनात येई, बापूंनी हे ताट पाहिले, तर –

घरी एखादे दिवशी माझ्या ताटात काही टाकलेले दिसले की, ते आईला विचारीत,

'प्रभा आज नीट जेवला नाही, वाटतं? बरा आहे ना? की काही होतयं त्याला?'

संध्याकाळीही घराची आठवण होऊन माझ्या मनाला अशीच हूरहूर लागे. आईचे दिवा लावून देवाला नमस्कार करणे – मग वासरू सोडून गाईचे दूध काढणे, बापूंचे पंचा बदलून देवांपुढे धूपारतीला येऊन बसणे, मांजराचे पिलू येऊन मांडीला अंग घासू लागले की, 'याला दूध घाल, ग, थोडं!' असे म्हणणे, देवांपुढले नैवेद्याचे सोनकेळे माझ्या हातात आणून देणे, या प्रत्येक अनुभवातून सुख कसे खुदुखुदु हसत असे. त्या सुखाला मुकल्यामुळे माझ्या मनाची जी तळमळ होई – माधव ज्यूलियन माझे गुरू झाले असल्यामुळे त्यांची कविता मी मोठ्या आवडीने वाचू लागलो; पण त्यांची प्रेमगीते वाचताना सुद्धा मधूनमधून मी हातांतले पुस्तक मिटून, आई या वेळी काय करीत असेल, बापू आता तिच्याशी माझ्याविषयीच बोलत असतील का, इत्यादी प्रश्नांचे चितंन करीत बसे.

रात्री अकरा वाजता अभ्यास संपून अंथरुणावर पडताना एक उणीव माझ्या मनाला वारंवार बोचे. बापूंचा आणि आईचा एकही फोटो काढलेला नव्हता. सहावीत असताना फोटोग्राफरला मुद्दाम आमच्या खेड्यात घेऊन जायचा बेत केला होता मी. पण त्या वेळी आईची लुगडी फाटली होती. पुढे मी तिच्यापाशी फोटोची गोष्ट काढली, तेव्हा ती हसून म्हणाली, 'फोटो काढून घ्यायला मी काही सिनेमातली नटी नाही, बाबा! उद्या तुझी बायको आली, म्हणजे तुमचा दोघांचा फोटो काढू या – दोघांचाच का, तिघांचा-चौघांचा.'

तोफांच्या माऱ्यापुढे मनुष्य एक वेळ टिकाव धरेल; पण प्रेमळ शब्दांच्या माऱ्यापुढे त्याला माघार घ्यावीच लागते. आईच्या असल्या बोलण्यामुळे त्या वेळी मला गप्प बसावे लागले; पण कोल्हापूरला आल्यावर निजताना मला एकसारखे वाटे – तिचा नि बापूंचा एक फोटो असता, तर तो मी रवींद्रनाथ टागोरांच्या फोटोशेजारीच ठेवला असता आणि दिवा मालवताना त्या फोटोला नमस्कार करून....

पहिल्यापहिल्यांदा मला जी स्वप्ने पडत, ती सारी घराकडलीच असत.

आई गोठ्यात दूध काढत आहे, लोटीत पडणारी दुधाची धार चांदण्यातल्या बारीक पावसाप्रमाणे मोठी मजेदार वाटत आहे – हळूहळू लोटी भरून येते – आटवल खाणाऱ्या लहान मुलाने सारे तोंड भरवून घ्यावे, तसे तिचे तोंड फेसाने माखून जाते – आणि आई माझ्याकडे पाहून म्हणते,

'प्रभा, किती वाळलास रे, तू हल्ली? थोडं धारोष्ण दूध पीत जा की!'

रातकिड्यांचे किर्र-किर्र असे पार्श्वसंगीत सुरू आहे – आमच्या घरापलीकडच्या भातशेतांत बेडूक 'डराँव-डराँव करून गात आहेत – 'हुतूतू' करीत जाणाऱ्या गड्याप्रमाणे वारा मधूनच घोंघावत आहे – आणि बापू अंथरुणावर बसून काही श्लोक म्हणत आहेत. 'आस्तिक, आस्तिक' म्हणून टाळ्या वाजवून पायथ्याचे पांघरूण हळूच वर ओढीत आहेत.

एका माच्यावरती कुशीत एक लहान मूल घेऊन आक्का निजली आहे. ती माहेरी आली आहे. लहानपणी ती मला कडेवर घेऊन परड्यात खेळवीत होती, कुणी खाऊ दिला, तर तो आपण न खाता मला देत होती.

'पिकला अननस, हिरवी त्याची छाया,
बहिणीवर करी माया, भाऊराया'

असल्या ओव्या म्हणून हसवत होती. पण माझ्या या आक्काच्या गळ्यात सोन्याची बोरमाळ सुद्धा नाही. बस्स! मी मिळविता झालो की, पहिल्या भाऊबीजेला आक्काच्या घरी जाणार, तिच्या ओवाळणीच्या ताटात चांगलासा दागिना घालणार आणि तिला विचारणार,

"आक्का, अननस चांगला पिकला की नाही?"

देवाच्या पुढ्यातच एक कांबळे टाकून आई झोपली आहे. किती सात्त्विक, किती शांत मुद्रा आहे तिची! देव्हाऱ्यातल्या देवांना सुद्धा पायाची धूळ मस्तकावर घ्यावी, असे वाटत असेल! उद्या बी. ए. झाल्यावर आईच्या साऱ्या साऱ्या इच्छा मी पुऱ्या करणार. तिला पंढरपूर पाहायचंय – आगबोटीत बसायचंय – विमान कसं उडतं, ते बघायचंय! आज मी यांतले काही काही तिला बोलून दाखवणार नाही. चार वर्षांनी एकदम चकित करून टाकणार आहे तिला मी!

मनुष्याची मनोराज्ये पाहून भविष्यकाळाला मनातल्या मनात हसू आल्यावाचून राहत नसेल. चार वर्षांनी आईसाठी प्राण पाखडायला तयार असणारा प्रभाकर तीन वर्षांच्या आतच आईला विसरून गेला – एका मुलीच्या मोहाने प्राण द्यायला तयार झाला! तीन वर्षांपूर्वीचा प्रभाकर हिरव्यागार नारळांनी भरलेल्या माडासारखा गगनाला गवसणी घालू पाहत होता. आजचा प्रभाकर – जळून गेलेला, उन्मळून पडलेला

माड आहे तो!’

‘अजून पत्ता नाही? कुणाचे तरी शब्द मला ऐकू आले. त्या शब्दांत कारुण्य होते, माया होती.

हातातली वही ट्रंकेत टाकून मी मागे वळून पाहिले. प्रभाकराचा सोबती दारात उभा राहून कुणाशी तर बोलत होता. फार उंच नाही नि फार ठेंगूही नाही, अशा त्या गृहस्थांना मी कुठेतरी पाहिले आहे, असे मला वाटू लागले. करडेपणाकडून पांढरेपणाकडे झुकलेले केस, गोल चेहरा आणि त्या चेहऱ्यावर धीरगंभीर स्मित – हे माधवराव पटवर्धन तर नसतील?

मी झटकन पुढे झालो.

“सर, आत तरी येऊन बसा थोडा वेळ. हल्ली तुमची प्रकृती बरी नाही नि त्यात....”

माधवराव आत येऊन बसले. प्रभाकराच्या सोबत्याने त्यांची माझी ओळख करून दिली. ते प्रभाकरविषयी बोलू लागले. त्यांच्या धाकटा भाऊच बेपत्ता झाला आहे, असे त्यांच्या त्या कळकळीच्या बोलण्यावरून कुणालाही वाटले असते. त्यांच्या बोलण्यात कारुण्य आणि आवेश यांचा विलक्षण संगम झाला होता. प्रभाकरविषयी त्यांचे मन तळमळत होते, पण आपल्या तरुणांनी इतके दुबळे असावे, याची त्यांना चीड येत होती.

उठता उठता त्यांनी जे उद्‌गार काढले, ते अजून माझ्या मनात घुमत आहेत –

‘प्रेम हे झाडाच्या सावलीसारखे आहे. उन्हातून जाणाऱ्या प्रवाशाला झाडांची सावली मिळाली, तर हवीच असते. पण रस्त्याच्या कडेला झाडे नाहीत, म्हणून काय कुणी आपला प्रवास सोडून देतो? आणि सावली मिळाली नाही, तरी खाकेतली छत्री उघडल्यावर तरी उन्हाचा त्रास कमी होतोच, की नाही?’

आपल्या हातातल्या छत्रीकडे पाहत आणि मोठे मधुर हास्य करीत त्यांनी हे शेवटचे वाक्य उच्चारले होते. त्यांच्या हसण्याला आम्ही दोघांनीही साथ दिली.

माधवरावांची पाठमोरी आकृती दिसेनाशी होईपर्यंत मी त्यांच्याकडे पाहत उभा होतो. त्यांच्या आयुष्यात किती भयंकर वादळे येऊन गेली होती, ते मला ऐकून ठाऊक होते. माझ्या मनात आले – एवढा लढाऊ, आशावादी आणि सहृदय मनुष्य गुरू म्हणून समोर उभा असताना प्रभाकराने त्याच्यापासून आयुष्यात एकही धडा शिकू नये?

ट्रंकेतल्या दोन वह्या अजून वाचावयाचा होत्या, बाहेर अंधार पडत चालल्यामुळे दिवा लावून मी प्रभाकराच्या टेबलापाशी वाचायला बसलो. त्याचा सोबती दुसऱ्या टेबलापाशी वाचत बसला.

पहिल्या वहीतला पुष्कळ मजकूर वाचावयाचा राहिला होता. पण मन अधीर झाल्यामुळे मी एकदम दुसऱ्या वहीचे पान उघडले व वाचू लागलो....

'नाटकाचा दुसरा अंक सुरू झाला. एफ.वाय. मध्ये माझा पहिला वर्ग सात-आठ मार्कांनीच गेला होता. काही झाले, तरी इंटरला पहिला वर्ग मिळवायचाच, अशा निश्चयाने मी अभ्यासाला सुरुवात केली.

याच वेळी आमच्या वर्गातल्या काही लोकांना एक अभ्यास मंडळ काढण्याची लहर आली. पाच-पंचवीस निवडक विद्यार्थी व विद्यार्थिनी यांचे एक मंडळ असावे, त्यांनी दर रविवारी राजकारण, सामाजिक प्रश्न, वाङ्मय वगैरेंची चर्चा करून शेवटी सर्वांनी चहा प्यावा, अशी हे मंडळ काढणारांची कल्पना होती. अभ्यास करताना मलाही थोडासा विरंगुळा हवा होता, म्हणून मी मंडळाचा सभासद झालो.

पण दैव मनुष्याला मिठाईतून विष चारते, हेच खरे! चार मित्र मिळून आपला वेळ आनंदात जाईल, या कल्पनेने मी मंडळात गेलो. पहिल्या सभेत मंडळाच्या चिटणिसांची निवड झाली. एक मी आणि दुसरी एफ. वाय. मध्ये असलेली सुलभा पंडित. एका मुलीबरोबर काम करायचे, म्हणजे – मी चिटणीस होत नाही, असे सांगायचे माझ्या मनात आले होते; पण मी तसे बोललो असतो, तर साऱ्या पोरांनी थट्टा करकरून माझा जीव घेतला असता.

मी मनात म्हटले, आपल्याबरोबर काम करणारी व्यक्ती पुरुष आहे की स्त्री आहे, तरुण आहे की वृद्ध आहे, सुंदर आहे की कुरूप आहे, हे बघण्याची आपल्याला काय जरूर? गणितात अ, ब, क वगैरे मंडळी एकमेकांची काडीचीही चौकशी न करता एके ठिकाणी काम करून, ते वेळेवर संपवून देतातच की नाही? आपणही तसेच करू. आपण अ आणि सुलभा ब. अ ने प्रत्येक रविवारी कोणत्या पुस्तकांची चर्चा करायची, ते ठरवायचे, ब ने त्या चर्चेची टाचणे टिपून घ्यायची आणि अ च्या घरी जाऊन....

पण ब श्रीमंत आहे आणि अ गरीब आहे. श्रीमत ब ला अ च्या खोलीत गेल्यावर काय वाटेल? त्यापेक्षा अ नेच ब कडे जावे, हेच खरे! आयते स्त्रीदाक्षिण्यही दाखविल्यासारखे होईल.

अ, बच्या घरी – खोटे सांगण्यात काय अर्थ आहे? प्रभाकर नावाचा एक तरुण विद्यार्थी सुलभा नावाच्या एका तरुण विद्यार्थिनीच्या घरी अभ्यास मंडळाच्या कामाकरिता जाऊ लागला.

सुलभेला ब म्हणून मनात संबोधणे आणि एखादे सुंदर गाणे ऐकून कॉसथीटा, साईनथीटा कानांवर पडल्याप्रमाणे निर्विकार चेहरा ठेवणे या दोन्ही गोष्टी अशक्य कोटीतल्या होत्या.

दर शनिवारी संध्याकाळी मी तिच्या घरी जाऊ लागलो. पहिल्या शनिवारी या कामाची मला दुपारी तीन वाजता आठवण झाली. दुसऱ्या शनिवारी कॉलेजात वर्ग सुरू असतानाच आज आपल्याला सुलभेकडे जायचे आहे, ही गोष्ट माझ्या मनात

घोळू लागली. तिसऱ्या शनिवारी पहाटे जागा झाल्याबरोबर पहिल्यांदा याच गोष्टीची आठवण झाली आणि चवथ्या शनिवारी....

शनिवारी म्हणणेच चूक आहे. शुक्रवारी रात्री अंथरुणावर पडल्यावर उद्या आपल्याला सुलभेकडे जायचे आहे, या आनंदाने मन इतके नाचरे होऊन गेले की, किती वेळ तरी मला झोपच येईना.

तसे पाहिले, तर आठवड्यातले अवघे दोन तास सुलभा आणि मी एकमेकांच्या सहवासात घालवीत होतो. पण एखाद्या बाईच्या अंगावर सोन्याचे पुष्कळ दागिने असेल, तरी चमचमणाऱ्या हिऱ्यांच्या कुड्यांपुढे ते जसे फिक्के दिसतात, त्याप्रमाणे शनिवारची आकर्षकता आठवड्यातल्या बाकीच्या सहा दिवसांत नाही आणि खुद्द शनिवारच्या उरलेल्या बावीस तासांत त्या दोन तासांची लज्जत नाही, अशी माझी दोन-तीन महिन्यांतच खात्री झाली.

एखाद्या साध्या खोलीत कुणी तरी सुंदर चित्र आणून लावावे, तशी सुलभा माझ्या आयुष्यात आली होती.

सुंदर फोटो, चित्रे, भरतकाम इत्यादिकांनी सजविलेल्या तिच्या खोलीत मी पाऊल टाकले, की यक्षभूमीत गेल्याचा भास मला होई. या यक्षभूमीची राणी – अप्सरा म्हणावी, असेच सुलभेचे रूप होते.

तिच्या खोलीत बसून तिच्याशी बोलताना माझा वेळ कसा हां हां म्हणता निघून जाई. मला वाटे, समोरचे घड्याळ उगीच वेड्यासारखे धावत आहे. सुलभेचे सौंदर्य पाहून आणि तिचे लाडीक बोलणे ऐकून ते जागच्या जागी थांबत कसे नाही?

ज्या विषयांवर आमचे एकमत होत असे, त्यांच्यापेक्षा ज्यांच्यावर आमचे मतभेद होत, असे विषय वारंवार उकरून काढण्यात मला मोठी गंमत वाटे. सुलभेला थोडीशी चिडवली की ती आवेशाने बोलू लागे. अशा वेळी तिचे मुद्दे बरोबर आहेत की नाहीत, हे पाहण्यापेक्षा ती किती सुंदर दिसते, हे पाहण्यातच मला आनंद वाटे. तिने कानांवरून वळवून घेतलेले केस मला नेहमीच मोहक वाटत. पण ती रागाने बोलू लागली, म्हणजे उजव्या हाताने वेणीचा शेपटा पुढे घेऊन, तो डाव्या हातावर आपटण्याची तिची सवय त्या मोहकतेत अधिकच भर घाली. तिच्या शेपट्यावरले सुंदर फूल पाहून माझ्या मनात येई, नागाच्या डोक्यावर मणी असतो, ही काही नुसती कविकल्पना नाही! एरवी तिच्या डोळ्यांकडे पाहिले, की मला अनंत समुद्राच्या नीलिम्याची आठवण होई. पण ती जोरजोराने बोलू लागली, म्हणजे तिच्या डोळ्यांत भरतीच्या लाटा भराभर उठून फुटत आहेत, असे मला वाटे. मी कधीही – चुकून सुद्धा तिला स्पर्श केला नाही. पण तो पावित्र्याच्या कल्पनेने नव्हे; तर भीतीच्या भावनेने. सुलभेला असला अतिप्रसंग आवडला नाही,

तर?.... सोडतीतल्या पंचवीस हजारांच्या बक्षिसाच्या नादाने हातातले शंभर रुपये गमावणाऱ्यासारखी आपली स्थिती व्हायची!

मन आणि शरीर यांचा एक विचित्र झगडाच माझ्या आयुष्यात सुरू झाला. उंचावर ठेवलेले एखादे सुंदर खेळणे पाहून ते हातात घेण्याकरिता लहान मूल जसे आतूर होते, तसा मीही सुलभेच्या स्पर्शाकरिता उत्सुक झालो होतो. प्रत्येक वेळी शरीर त्या स्पर्शसुखाकरिता अधीर होई; पण प्रत्येक वेळी मन त्या अधीर शरीराला आवरून धरी.

मी मनात म्हणे, कित्येक देवळांत देवाला दुरूनच नमस्कार करावा लागतो. आपला प्रणय हेही एक देवालय आहे – सुलभा त्या देवळातली देवी आहे – तिचे दर्शन आपल्याला अखंड होत आहे – गरीब भक्ताला एवढे पुरे आहे.

ते दर्शन अधिक रमणीय व्हावे, म्हणून वादाचा कुठला तरी विषय दर शनिवारी मी उकरून काढी.

ती म्हणे, 'मृच्छकटिका' सारखे नाटक संस्कृतमध्ये नाही. पहिल्या अंकात वसंतसेनेला रदनिका समजून चारुदत्त तिच्या अंगावर आपला शेला टाकतो, तो प्रसंग, पुढे पावसातून भिजत येणाऱ्या वसंतसेनेच्या आणि चारुदत्ताच्या मीलनाचा प्रसंग – किती तरी सुंदर प्रसंग त्या नाटकात आहेत. 'शाकुंतल' सुद्धा त्याच्यापुढे फिके पडते. मग त्या रूक्ष उत्तररामचरिताची गोष्टच काढायला नको!

ही सारी नाटके तिने मराठीतूनच वाचून काढली होती. प्रणयप्रसंगांच्या दृष्टीने तिचे म्हणणे बरोबरही होते. पण तिला चिडविण्याकरिता ती मुद्दाम भवभूतीची बाजू घेऊन भांडू लागे आणि उत्तररामचरितातली अतिशय सुंदर स्थळे म्हणून दोन प्रेमप्रसंगांचे नेहमी वर्णन करी. पहिला – सीतेला झोप येते, तेव्हा उशी म्हणून राम आपल्या बाहूवरच तिचे मस्तक ठेवून घेतो, हा! आणि दुसरा – छायारूपाने राहणारी सीता मूर्च्छित रामाला आपल्या स्पर्शाने शुद्धीवर आणते, हा!

वादविवादाच्या वेळी या प्रसंगात काव्य आहे, हे कबूल करायला सुलभा तयार होत नसे. पण हे दोन्ही प्रसंग प्रणयी मनाचे आविष्करण या दृष्टीने तिला फार आवडले असावेत, हे लवकरच मला कळून चुकले.

एकदा मी मलेरियाने आजारी पडलो आणि माझा शनिवार चुकला! संध्याकाळी ताप १०४ वर गेला, तेव्हा मी दिवाकरला – माझ्या सोबत्याला – डॉक्टरांना बोलवायला पाठविले. तो गेल्यावर तापाच्या गुंगीत मी किती वेळ, कसा पडलो होतो, ते कुणाला ठाऊक. मी जागा झालो, तो जागा झालो, तो काकणांच्या आवाजाने!

डोळे विलक्षण जड झाले होते. पण शरीराच्या विकलतेपेक्षा मनाचे कुतूहल केव्हाही अधिक प्रभावी असते.

मी डोळे उघडून पाहिले. सुलभा माझ्या बिछान्याजवळ बसली होती. मी डोळे उघडताच खाटेवरून खाली पडलेली उशी उचलीत ती म्हणाली,

"ही उशी फेकूनशी दिलीत? सीतेला रामानं जी उशी दिली, ती हवीय वाटतं तुम्हाला?"

तिला प्रत्युत्तर म्हणून काही चांगली कोटी करावी, असे माझ्या मनात आले. पण डोक्यावर जणू काही प्रचंड शिळा ठेविली होती कुणी! मी नुसता हसलो.

दुसरे दिवशी संध्याकाळी ती माझ्या समाचाराला केव्हा आली, हे मला कळलेच नाही. मी डोळे उघडून पाहतो, तो पलीकडे दिवाकर मोसंब्यांचा रस काढीत आहे आणि सुलभा माझ्या डोक्यावर कोलनवॉटरची पट्टी ठेवीत आहे. तिचा तो शीतल स्पर्श...

मी डोळे उघडताच ती वाकून हळूच म्हणाली,

"मूर्च्छित पडलेला राम सीतेच्या स्पर्शानं शुद्धीवर येतो, ही काही भवभूतीची नुसती कल्पना नाही हं!"

या एका वाक्याने आम्हां दोघांमधले अंतर किती तरी कमी झाले!

मात्र मला त्याचा पूर्ण विसर पडला नव्हता. अभ्यास मंडळातच नव्हे, तर कॉलेजातही बहुतेकांनी आमच्या मैत्रीच्या घरावर प्रीतीच्या नावाची पाटी केव्हाच लावून टाकली होती; पण मला मात्र एखादे वेळी वाटे, सुलभा आणि मी अगदी जवळ आलो आहो, हे खरे! पण वॉर्डरच्या नजरेखाली दोन कैद्यांनी काम करता करता गप्पा-गोष्टी कराव्यात, तशापैकीच आपली ही मैत्री आहे. सुलभेची आई आपल्या मानाने किती तरी श्रीमंत आहे; पण तिची चुलतमावशी तर कुठल्याशा संस्थानिकाची आत्याबाई लागते, म्हणे! कॉलेजच्या जगात श्रीमंती-गारिबीचे अंतर फारसे जाणवत नाही; पण या पुस्तकी जगाच्या बाहेर....

असल्या विचारांनी माझ्या मनात थैमान घालायला सुरुवात केली की कुठून, कुणाला ठाऊक, सुलभेची हसरी मूर्ती माझ्या डोळ्यांपुढे उभी राही. तिचे हास्य म्हणत असे,

'प्रभाकर, तुम्ही बाहेरच्या जगाला उगीच भिता! प्रेमाचं जग दोनच माणसांचं असतं!'

मी म्हणतो, ते एकाच माणसाचं असतं! सुलेभेच्या चिंतनात मी स्वत:ला सुद्धा विसरून गेलो होतोच की नाही? बापूंचे पत्र किती तरी दिवसांत आले नाही, घरी आई आजारी आहे, आपला अभ्यास अजून व्हावा तसा झालेला नाही – यांतली

कुठलीच गोष्ट माझ्या मनाला टोचेनाशी झाली. जणू काही सुलभेची स्थापना करण्याकरिता मनातली सारी अडगळ मी बाहेर फेकून दिली होती.

मला वाचण्याचा नाद असला तरी अद्यापि मी एकही कविता कधी लिहिली नव्हती.

पण इंटरच्या एका वर्षात मी जवळजवळ पन्नास कविता लिहिल्या. त्या पन्नासांपैकी एकूणपन्नास प्रेमगीते होती.

पुढे आमच्या मंडळाच्या वार्षिक उत्सवाला एका प्रख्यात साहित्यिकांना आणावयाचे ठरले. ते दुसऱ्याच कुणाची बायको आपली मैत्रीण म्हणून बरोबर घेऊन समारंभाला आले. व्याख्यानातही त्यांनी सांगितले,

'प्रेम हे कधीच पाप होऊ शकत नाही. ज्याला वाङ्मय निर्माण करावयाचं आहे, त्यानं यथेच्छ प्रेम केलं पाहिजे. शृंगार हा रसांचा राजा आहे. त्याच्या वैभवाची बरोबरी बाकीच्या आठ दरिद्री रसांना कधीही करता येणार नाही. माझ्या तरुण मित्रांनो आणि मैत्रिणींनो! समाजातल्या दारिद्र्याच्या आणि अन्यायाच्या रडकथा सांगून अनेक आचरट लेखक तुमच्या आयुष्यातला आनंद नाहीसा करीत आहेत. त्यांच्याकडे बिलकूल लक्ष देऊ नका! म्हणे, मजुरांच्याकडे बघा! अहो, बघायचं काय? पांढरपेशांपेक्षा त्यांच्यात लवकर लग्न होत असल्यामुळे आमच्यापेक्षा तेच अधिक सुखी आहेत! माझा तुम्हाला एकच संदेश आहे – वेडे व्हा, प्रेमवेडे व्हा!

सदरहू साहित्यिकांची ही पुरोगामी विचारसरणी सर्व श्रोत्यांच्या पचनी पडणे शक्य नव्हते. पण बेछूटपणात मनाला मोहिनी घालण्याचे सामर्थ्य असतेच असते. क्रिकेटमध्ये धीमेपणाने खेळणाऱ्यापेक्षा ओव्हरबाऊंडरी मारणारे टोलेबाजच अधिक लोकप्रिय का होतात, हे त्या दिवशी मला कळले. बेफाम बोलणे आणि बेछूट वागणे यांचा मनावर एक विलक्षण परिणाम होतो. विजेच्या चमचमटाने डोळे दिपून जावेत, तशी असले बोलणे ऐकून उपभोगाकरिता उत्सुक झालेल्या मनाची स्थिती होते – निदान माझी तरी त्या दिवशी झाली होती. त्यात आमचे आभार मानताना पाहुण्यांनी सर्वांना हसविण्याकरिता जे उद्गार काढले, त्यांनी भर घातली. ते म्हणाले,

"तुमची चिटणिसांची जोडी फार चांगली आहे. या जोडीचा लवकर जोडा व्हावा, अशी माझी मन:पूर्वक इच्छा आहे!"

मेलने पाहुण्यांची रवानगी केल्यावर मी आणि सुलभा दूरदूर फिरायला गेलो.

रस्त्याने आम्ही दोघे एक अक्षरसुद्धा बोललो नाही. पण मधून मधून आमच्या डोळ्यांची भेट होत होती आणि लगेच ओठांवर हसू उमटत होते. माझ्या मनात आले – कळीने लाजत उमलावे, ही काही निसर्गाची केवळ लहर नाही.

माझ्या डोळ्यांपुढे राहून राहून मघाचे दुसऱ्या वर्गाच्या डब्यातल्या आमच्या

समारंभाच्या पाहुण्यांचे दृश्य दिसत होते. त्यांनी माझ्याशी हस्तांदोलन केले, तेव्हा एका विचित्र भपकाऱ्याने क्षणभर माझ्या मनाला शिसारी आली होती. एखाद्या महारोग्याने हात धरल्यावर मनाला जशी विलक्षण किळस वाटावी, तशी माझी स्थिती झाली होती. पण मी माझा हात सोडवून घेतला नाही – माझ्या मनातला निषेध मला प्रगट करता आला नाही. माझ्यापुढे एक मोठा मनुष्य उभा होता. त्याच्या बुद्धीपुढे, त्याच्या कीर्तीपुढे, त्याच्या मोठेपणापुढे माझ्या मनाला माघार घ्यावी लागली – माझ्या पावित्र्याच्या कल्पनेला खाली मान घालून उभे राहावे लागले.

सदरहू गृहस्थ आणि त्यांच्याबरोबर आलेली मैत्रीण यांचे पतिपत्नीप्रमाणे चाललेले संभाषण, वेळी-अवेळी एकमेकांच्या अंगावर रेलून त्यांनी केलेले प्रेमाचे प्रदर्शन, संध्याकाळी आम्ही दोघे त्यांना बोलवायला गेलो असताना हॉटेलमधल्या खोलीतल्या शृंगारचेष्टा यांतली प्रत्येक स्मृती माझ्या शरीराला धुदं करीत होती, मनाला एक प्रकारची गोड ग्लानी आणीत होती. रस्त्याने चालताना सुलभेकडे पाहण्याच्या माझ्या दृष्टीत....

लिहायलाच कशाला हवे? शरीराची अतृप्त भूक माझ्या डोळ्यांत मूर्तिमंत उभी राहिली होती आणि तिचे प्रतिबिंब मला सुलभेच्या डोळ्यांतही दिसत होते.

पहिल्यांदा टेंबलाईवर जाऊन बसण्याचा आमचा विचार होता. पण सुलभेनेच जवळच्या बागेत जाऊन बसण्याची कल्पना काढली. मलाही ती आवडली. एकमेकांवर प्रेम करणाऱ्या तरुण-तरुणींच्या गुजगोष्टींना बागेचीच पार्श्वभूमी हवी!

देऊळ? म्हातारपणी दररोज देवळात जायचेच असते की!

आम्ही दोघे बागेत जाऊन पाण्याच्या प्रचंड हौदाच्या काठावर बसलो. भोवताली लहानलहान फुलझाडे वाऱ्याच्या झुळकीबरोबर डुलत होती, संधिप्रकाश नाहीसा होऊन चाळणीतून भुरूभुरू पीठ पडावे, त्याप्रमाणे चांदणे आमच्याकडे नाचत येत होते. हौदात येऊन पडणाऱ्या पाण्याचा मंदमधुर नाद कानांना आनंद देत होता आणि माझ्यापासून अगदी हातांच्या अंतरावर असलेली सुलभा कुठे पदराचे टोक बोटाभोवती गुडांळत होती. कुठे पायाच्या नखाने जमीन उकरत होती आणि मधूनच माझ्याकडे पाहिले, की लगेच दुसरीकडे पाहत होती.

मी भोवताली पाहिले – आसपास कुणीच नव्हते. माझ्या शरीराच्या रक्ताच्या कणाकणांत विलक्षण धुंदी चढली. आजच्या व्याख्यानातले ते शब्द कानांत घुमू लागले – 'तरुणांनो, वेडे व्हा – प्रेमवेडे व्हा!'

सुलभेने जागच्या जागी हालचाल केली. आमच्या दोघांमधले अंतर मघापेक्षाही कमी झाले आहे, हे माझ्या लक्षात आले. स्वर्ग माझ्यापासून केवळ दोन बोटांच्या अंतरावर होता.

मी वर पाहिले. चंद्र गात होता – 'प्रेम हे पाप नाही!'

मी समोर पाहिले. फुलझाडे नाचत होती – 'प्रेम हे पाप नाही.'

मी सुलभेकडे पाहिले. तिचे लाजरे डोळे म्हणत होते – 'प्रेम हे पाप नाही!'

माझ्या तोंडातून हाक आली – 'सुलू.' तो माझाच आवाज होता, हे मला खरेही वाटत नाही. सुलभेच्या तोंडून हाक आली – प्रभा! तिचा स्वरही निराळा भासला.

मी तिला चटकन जवळ ओढले. तिने माझ्या कुशीत तोंड लपविले. मी तिच्या केसांची किती चुंबने घेतली; पण तेवढ्याने माझ्या ओठांची तृप्ती होईना. मी झटकन तिचे तोंड वर केले आणि माझे ओठ....

तो आनंद – पहिल्या चुंबनाचा तो आनंद किती दिव्य, किती स्वर्गीय! मनुष्य हवेत वरवर जाऊ लागला की हसू लागतो, असे मी कुठेसे वाचले होते. या वेळी मला तो अनुभव आला. किती दिवस मी पृथ्वीपासून दूरदूर अंतराळात फिरत आहे, असे मला वाटत होते. त्या वेळी आकाशातल्या मंचकावर मी झोपत होतो. त्या मंचकाला तारांच्या पुष्पमालांनी सजविले होते. पांढऱ्या शुभ्र मेघखंडाच्या उशीवर डोके ठेवून कोपऱ्यात ठेवलेल्या चंद्रकोरीच्या समईकडे टक लावून पाहत मी सुलभेचे चिंतन करीत होतो. ती महालात आली की, आपल्या पदराने चंद्रकोरीची ज्योत मालवून टाकी आणि....

त्या दिवशीचा बागेतला तो क्षण म्हणजे एक अमर भावगीत होते आणि त्यानंतरचे माझे सात- आठ महिने – एका सुंदर महाकाव्यातले सात-आठ सर्ग होते ते! या प्रत्येक सर्गात तीस-एकतीस श्लोक होते. त्या प्रत्येक श्लोकाचा चरण अत्यंत मधुर होता. इतकेच नव्हे, तर प्रत्येक चरणातला प्रत्येक शब्द द्राक्षाच्या माधुरीने ओथंबला होता.

त्या दिवशी रात्री अंथरुणावर पडल्यावर मला झोप येईना. पण त्याचे कारण बापूंची नि आईची आठवण किंवा अभ्यासाची काळजी हे नव्हते. दोन तासांपूर्वीची बागेतली ती स्मृती होती. मला राहून राहून वाटत होते – काळ हा तुरुंगावरल्या अधिकाऱ्याप्रमाणे मोठा क्रूर आहे. आनंदाची घटका एका क्षणानेही वाढवायला तो तयार होत नाही.

थंडीच्या दिवसांत हाताची बोटे एवढी पांघरुणाबाहेर पडून गारठून जावीत, तसा माझ्या मनाचा एक लहानसा कोपरा मात्र या अनुभवाने हादरून गेला होता. मधूनच मला वाटे, आपण आपले मन ताब्यात ठेवायला हवे होते. आज आपण सुलभेचे चुंबन घेतले नसते, तर....

तर?

शरीरातला कण न् कण नाचून म्हणू लागला, 'तर तू आयुष्यातल्या सर्वांत मोठ्या सुखाला मुकला असतास. वेड्या, तुझ्या मनावर अजून जुन्या संस्कारांचा

पगडा आहे. पावित्र्य – नीती – लग्न शब्द आहेत नुसते हे! त्यांचे अर्थ जुने कोश लिहिणारांना ठाऊक असतील! विसाव्या शतकाच्या मध्यभागाजवळ आलेल्या तरुणांच्या कोशात असले जुनेपुराणे शब्द असूच शकत नाहीत! आजच्या समारंभाचे पाहुणे तू पाहिलेस ना? जुन्या काळात ज्या गोष्टीची गणना महापातकांत होत असे, त्यांपैकी प्रत्येक पाप हा मनुष्य हसत हसत लीलेने करीत आहे; पण त्यामुळे त्याचे काय नुकसान झाले आहे? पैसा आणि कीर्ती त्याच्यापुढे हात जोडून उभी आहेत. त्याचे मद्यपान शिष्टसंमत आहे आणि त्याचा व्यभिचार – तो तर त्याचा सर्वांत मोठा पराक्रम आहे! वेड्या पोरा, जग हा बाजार आहे; देऊळ नाही! पावित्र्याचे पुराण देवळात ठीक असते; पण बाजारात रुपये-आणे-पैशिवाय पान हलत नाही.'

मलाही हे पटले आणि ते पटले नसते, तरी सुलभेपासून दूर होणे मला अगदी अशक्य होते. प्रीतीला आतापर्यंत अनेक कवींनी निरनिराळ्या उपमा दिल्या असतील. ते माझी नवीन उपमा ऐकून संतापतील, पण आज मला कळतंय – प्रीती अजगरसारखी असते. अजगराने आपला जबडा उघडला की, त्याचा आसपासचे प्राणी त्याच्याकडे आकर्षिले जातात, म्हणे! त्याच्या पोटात आपल्या हाडांचा क्षणार्धात चुराडा होणारा, हे त्या प्राण्यांना कळत नाही असे नाही, पण त्यांना काही केल्या त्याच्या आकषर्णातून सुटताच येत नाही. माझी स्थितीही तशीच....

पण ही अजगराची उपमा आज सुचत आहे – त्या वेळी – प्रीती ही अप्सरा होती.

त्या दिवसापासून माझे मन अकारण चंचल आणि व्याकूळ होऊन गेले.

'मरण सोसावें, परि पहिलें चुंबन घ्यावें!'

या गडकऱ्यांच्या ओळीचा अर्थ मला एका दिवसात पूर्णपणे कळून चुकला. चोवीस तास आपण सुलभेच्या सहवासात काढावेत, असे त्याला वाटू लागले. ध्यानी, मनी, स्वप्नी मला सुलभाच दिसू लागली.

त्यापूर्वी मी सुट्टीची किती आतुरतेने वाट पाहत असे; पण या वेळी मात्र – इंटरची परीक्षा संपली, त्या दिवशी फार वाईट वाटले मला. आम्ही दोघे खूप लांब फिरावयाला गेलो आणि विरहाच्या कल्पनेने लहान मुलासारखे रडलो.

घरून मी जूनच्या आरंभीच परत आलो. इंटरमध्ये पास झालो; पण पहिल्या वर्गात नाही! कसाबसा दुसऱ्या वर्गात आलो होतो मी. हा निकाल कळतातच मला फार फार वाईट वाटले. आता माझ्यासाठी बापूंना अधिक कष्ट पडणार, हेही मनात आले. यापुढे सुलभेकडे जायचे नाही, असे मी मनात काही ठरविण्याच्या आधीच सुलभा येऊन मला घेऊन गेली. उष्णता लागल्यावर थर्मामीटरमधला पारा चढल्याशिवाय राहत नाही. माझे मनही तसेच झाले होते.

अभ्यास मंडळ पुन्हा सुरू झाले. मी नुसत्या शनिवारीच नाही, तर दररोज सुलभेच्या घरी जाऊ लागलो. मला सुलभेखेरीज दुसरे काहीच दिसत नव्हते. तिच्यापाशी बोलावे, तिच्याकडे पाहात राहावे, तिला घेऊन कुठेतरी दूरदूर फिरायला जावे आणि तिचा हात हातात घेतल्यावर जी गुंगी येत असे, तिच्यात स्वतःला विसरून जावे.

ज्युनिअरचे वर्ष असे गेले.
सीनिअरच्या अभ्यासाची सबब सांगून सुटीत मी कोल्हापुरात राहिलो.

कॉलेज सुरू होऊन आठ-दहा दिवस झाले असतील, नसतील. एके दिवशी रात्री सुलभेचे मला एक पत्र आले. त्या पत्रात फक्त एवढाच मजकूर होता –

'उंच उंच आभाळात दोन पतंग एकमेकांवर आले.
एक होता पांढरा शुभ्र; दुसरा होता गुलाबी.
विमानाप्रमाणे तरंगताना त्यांना मोठी मौज वाटत होती.
त्या दोघांची अंगे एकमेकांना लागली,
की त्यांना वाटे – आपण जन्मभर असेच बिलगून राहू.
चंद्रकोर उगवेल आणि मावळेल,
शुक्राची चांदणी उदय पावेल आणि अस्ताला जाईल;
मग आपली दोघांची प्रीती अशीच अखंड राहील!
पण ते दोन पतंग ज्या प्रेममंदिरात राहत होते.
ते हवेत बांधलेले होते.
तो गुलाबी पतंग एकदम खाली गेला.
त्याची दोरी ज्या माणसाच्या हातात होती,
त्याला आपला पतंग दुसरीकडे नेऊन उडवायची लहर आली.
पांढरा पतंग त्याच्यावर रागावला.
प्रभाकर, रागावू नका.
सुलभा अगदी वाईट वाईट मुलगी आहे!''

या पत्राचा अर्थ काय, तेच मला कळेना.
दुसरे दिवशी मी कॉलेजात गेलो, तो साऱ्या विद्यार्थ्यांच्या तोंडी एकच बातमी होती. सुलभेचे लग्न कुठल्याशा संस्थानाच्या युवराजाशी ठरले.
कॉलेजातून मी परत घरी आलो आणि सुलभेच्या घरी गेलो.

तिथे दाराला लावलेले कुलूप माझे स्वागत करीत होते. सुलभा लग्नासाठी गेली होती.

बाहेर मोटारचे हॉर्न वाजले, म्हणून चमकून मागे पाहिले. एक तरुणी आत येत होती.

दिवाकर तिच्याशी बोलण्याकरिता पुढे झाला.

तिचे वैभव आणि वेषभूषा यांच्याशी विसंगत दिसणारी एकच गोष्ट मला दिसली – तिच्या डोळ्यांतले कारुण्य. तिने प्रभाकराच्या सोबत्याला विचारले,

'काही कळलं का?'

त्याने नकारार्थी मान हलविली.

दारात एखाद्या कुशल शिल्पकाराने तयार केलेल्या निराशेचा पुतळाच कुणी तरी ठेवला आहे, असा मला क्षणभर भास झाला.

ती एक शब्दही न बोलता निघून गेली. प्रभाकराचा सोबती तिच्यामागून मोटारीपर्यंत गेला.

परत येताच त्याने एक सुवासिक लिफाफा माझ्यापुढे टाकला. त्याच्यावर 'प्रभाकर' एवढीच अक्षरे होती. वर कोपऱ्यात 'खाजगी' असे लिहिले होते.

मी त्याच्याकडे प्रश्नार्थक दृष्टीने पाहिले. त्याने उत्तर दिले,

'सुलभा!'

समोरचे पत्र पाहून माझ्या मनात विलक्षण कुतूहल उत्पन्न झाले. ते फोडावे, असा मोह!

अजून प्रभाकराच्या तिसऱ्या वहीतले एक अक्षरसुद्धा मी वाचले नव्हते. म्हणून तीच वही मी आधी उघडली.

'नाटकाचा तिसरा अंक सुरू झाला.'

एक मन म्हणे, सुलभेने तुला फसविले.

दुसरे म्हणे, मावशी आणि आई यांच्या आग्रहापुढे ती काय करणार? क्षितिजावर आकाश आणि पृथ्वी यांचे मीलन झालेले दिसते ना? तुमचे प्रेमही तसेच होते. पण क्षितिज हा नुसता आभास आहे. ज्यांच्या परिस्थितींत जमीन–अस्मानाचे अंतर आहे, त्यांचे प्रेम हाही असाच एक आभास आहे – स्वप्न आहे.

त्या दिवशी रात्री अन्नाला न शिवता मी अंथरुणावर पडलो. कुणी तरी विस्तवावरून मला एकसारखे फरफटत नेत आहे, असा मला भास झाला. माझी सुलभा दुसऱ्याची होणार? त्या चांदण्या रात्री ज्या ओठांवर मी ओठ टेकले, त्यांच्यावर आता त्या युवराजाचे....

तडफडतच मी अंथरुणावरून उठलो. मनाला थोडा विरंगुळा वाटावा, म्हणून दिवाकाराला घेऊन मी सिनेमाला गेलो. थेटरात 'देवदास' लागला होता. पूर्वी दोन वेळा तो मी मोठ्या आनंदाने पाहिला होता. पण आज तो पाहताना माझ्या मनाला फार त्रास झाला.

देवदासची पडद्यावरली चिता पाहता पाहता माझ्या मनात आले, 'आपल्यालाही लवकरच असल्या अंथरुणावर झोपायचे आहे.'

घरी आल्यावर दिवाकर लगेच झोपी गेला. पण एखादे विष पोटात गेल्यानंतर मनुष्याची जशी काहिली व्हावी, तशी माझ्या मनाची स्थिती झाली होती. राहून राहून देवदास माझ्या डोळ्यांपुढे येत होता. 'पहिले प्रेम हेच माणसाचे खरे प्रेम'; ते मिळाले नाही की, मरणाखेरीज त्याला दुसरा मार्गच मोकळा राहत नाही, हेच तो देवदास मला सांगत होता. चंद्राने त्याच्यावर किती निरपेक्ष, किती उदात्त प्रेम केले! पण त्याच्या पारूवरल्या पहिल्या प्रेमाची उणीव काही ती भरून काढू शकली नाही.

माझ्या मनात आले, प्रेमभंगाची जखम कशानेही भरून येत नाही, हेच खरे! मग असले दुबळे, दुःखी आयुष्य कसे तरी कंठण्यापेक्षा एकदम स्वतःचा सोक्षमोक्ष करून घेतलेला काय वाईट?

आत्महत्येच्या विचाराने माझे अंग शहारले; पण काही केल्या मला त्या विचारापासून दूर राहता येईना.

काही तरी वाचीत बसले, तर बरे वाटेल म्हणून मी दिवा लावला.

दिवाकराच्या टेबलापाशी गेलो, तो त्याचे नोटबुक उघडेच होते. तो काय लिहीत आहे, हे पाहण्याकरिता मी त्यातले शेवटचे वाक्य वाचले. तो एक गटेचा उतारा होता. त्यात लिहिले होते –

'पहिले प्रेम, हेच खरे प्रेम!'

जखमेच्या जागीच पुन्हा कुणी तरी घाव घालावा, तसे हे वाक्य मला वाटले.

दिवाकराच्या टेबलावरली पुस्तके मी चाळू लागलो. खांडेकरांचा 'विद्युत्प्रकाश' हा संग्रह तिथे दिसला. खांडेकर कोकणातले असल्यामुळे त्यांचे लिहिणे मला फार आवडे; शिवाय प्रेमाच्या भानगडी त्यांच्या गोष्टींत कमी असल्यामुळे त्यांच्या गोष्टी वाचून आपले मन थोडेसे शांत होईल, अशी आशा माझ्या मनात उत्पन्न झाली.

मी त्या पुस्तकातल्या गोष्टींची अनुक्रमणिका चाळली. 'विस्तवाशी खेळ' हे नाव मोठे सूचक वाटले मला. मोठ्या उत्साहाने मी ती गोष्ट वाचू लागलो.

पण ती वाचून संपविताच माझ्या हृदयाच्या जखमेतले रक्त भळभळा वाहू लागले. खांडेकरही तेच कटु सत्य सांगत होते. एका तरुणीने एका तरुणाला

खेळविले – पहिल्या प्रेमाचा भंग होताच निराशेने त्याने कॉलेज सोडून दिले.

दिवा मालवून मी अंथरुणावर जाऊन पडलो. डोक्यात एकसारखे घणाचे घाव बसत होते. असल्या यातना जन्मभर सोसण्यापेक्षा....

पूर आलेली पंचगंगा – रेल्वेचा रूळ – गावातून बेदरकारपणे जाणाऱ्या मोटारी-वळकटीची काढणी – अफू – पोटॅशिअम....

पण आत्महत्या कोल्हापुरात करता उपयोगी नाही. उगीच गवगवा होईल आणि सुलभेच्या नावाला काळे फासले जाईल.

दोन-तीन दिवस आपल्या हृदयात ज्वालामुखी पेटला आहे, हे कुणालाही सांगायचे नाही – इथली निरवानिरव करायची – बापूंना शेवटचे पत्र पाठवायचे आणि एके दिवशी रात्री कुणालाही न सांगता....'

बाहेर कुणाची तरी चाहूल ऐकू आली, म्हणून मी वळून पाहिले.

दिवाकर म्हणाला, 'डबा आणणारा मुलगा असेल!'

इतक्यात दारात कुणाची तरी सावली दिसली. लगेच तो मनुष्य पुढे आला. त्याला पाहून मी चकित झालो – सखाराम होता तो!

पण त्याला पाहून मला जे आश्चर्य वाटले होते, ते त्याने सांगितलेली हकीकत ऐकून वाटलेल्या आश्चर्याच्या मानाने काहीच नव्हते.

सखाराम मला घेऊन ज्या दिवशी त्या खेड्यात गेला, त्या दिवशी दहा वाजता ती जी नदीवर गेली, ती घरी परत आलीच नाही. सखारामाने सारे गाव धुंडाळले. शेजारच्या दोन-तीन खेड्यांत शोध केला; पण तिचा पत्ता कुठेच लागला नाही.

तिने जीव दिला असावा, अशा समजुतीने तो निराश होऊन बसला. इतक्यात त्याला एक गोष्ट कळली. अनाथ पोरींना आणि भोळ्या बायकांना गोड गोड थापा मारून त्यांना दूरदूरच्या गावी वेश्या म्हणून विकणारा एक राक्षस त्या दिवशी त्या खेडेगावात आला होता. दहा वाजता त्याला नदीकडे जाताना एक-दोघांनी पाहिले होते. सखाराम त्या राक्षसाला चांगलाच ओळखत होता.

अगदी जवळचे शहर म्हणून तो आमच्या गावात धावतच आला. त्याने त्या राक्षसाची चौकशी केली. तो दोन बायको बरोबर घेऊन कोल्हापूरला गेल्याचे त्याला मोठ्या कष्टाने कळले. या बाबतीत काय करावे, हे विचारण्याकरिता तो माझ्या घरी गेला. मी कोल्हापूरला गेलो आहे, असे कळताच पहिल्यांदा त्याचा धीर खचला. पण लगेच त्याला वाटले, वकीलसाहेब कोल्हापूरला गेले आहेत, हे फार बरे झाले. तिथे तिचा शोध करण्याच्या कामी त्यांचा उपयोग होईल. माझ्या कारकुनाकडून घाईघाईने त्याने माझा कोल्हापूरचा पत्ता टिपून घेतला आणि शेवटची मोटार कशीबशी गाठली.

मी त्याला त्या बाईच्या खाणाखुणा विचारल्या.

मोटारीत माझ्यासमोर बसलेल्या या दोन खोट्या बहिणींपैकी मोठी बहीण हीच सखारामला हवी असलेली बाई, याविषयी माझी खात्री झाली.

पण आता तिला शोधायचे कुठे? – तिच्याबरोबरचा तो गुलामांचा व्यापारी – तो तर नरसोबाच्या वाडीला जाण्याच्या गोष्टी करीत होता! ती बतावणी होती, की.... आणि ती दुसरी मुलगी कुणाची? कुठली?

माझ्या डोळ्यांपुढे तिची मूर्ती उभी राहिली; ते कारुण्याने ओथंबलेले डोळे – तो नराधम तिला कुठेही विकून टाकील.

मी प्रभाकराचा शोध लावायला कोल्हापूरला आलो खरा; पण या मुलीचाही शोध लावणे आता मला तितकेच जरुरीचे वाटू लागले.

पण तो लावायचा कसा? तिचे नाव, गाव – काही काही मला ठाऊक नव्हते!

■

सहा

रात्रभर मी प्रभाकराच्या बिछान्यावर तळमळत होतो. तासभरसुद्धा मला स्वस्थ झोप लागली नाही. विजेच्या साह्याने मधूनच चमकणाऱ्या तांबड्या अक्षरांप्रमाणे प्रभाकराची काही काही वाक्ये एकदम डोळ्यांपुढे उभी राहत. विषण्ण मनाला वाटे, मनुष्याचे जीवन अधिक सुखी व्हावे, म्हणूनच ना निसर्गाने प्रीती निर्माण केली? प्रीती ही देवता आहे; राक्षसीण नाही. मग प्रभाकरासारख्या तरुणांचे बळी ती का घेते? का प्रीती ही सरस्वतीसारखी सौम्य देवता नसून कालीसारखी उग्र....

आगगाडीने चटकन एका रुळावरून दुसऱ्या रुळावर जावे, त्याप्रमाणे प्रभाकराविषयीच्या विचारात गुंग होऊन गेलेले मन एकदम मोटारीतल्या त्या दोन तरुणींचा विचार करू लागे. माझ्या खाटेजवळच जमिनीवर सखाराम झोपला होता. त्याच्या अस्वस्थ हालचालींवरून त्यालाही झोप येत नव्हती, हे उघड होते. पण आम्ही दोघे एक शब्द सुद्धा बोललो नाही.

बोलायचे तरी काय? सखाराम ज्या बाईचा शोध करण्याकरिता आला होता, ती नवऱ्याला सोडून आपल्या आवडीच्या मनुष्याबरोबर पळून आली होती आणि आता त्या मनुष्यालाही सोडून ती....

त्या वेळी ती कुठे असेल? कदाचित एखाद्या वेश्येच्या घरी....

त्या खाटकाने त्या दोन गरीब गाईंच्या गरीबपणाचा फायदा घेतला असेल की, त्या दोघी आपण होऊन असल्या नरकात उड्या टाकायला तयार झाल्या असतील?

सखारामाची बाई कदाचित उघड्या डोळ्यांनी वेश्या व्हायला तयार झाली असेल; पण ती दुसरी मुलगी – तिची करुण मूर्ती माझ्या डोळ्यांसमोर उभी राहिली.

मधेच मला वाटले, ती मोठमोठ्याने ओरडत आहे,

‘धावा, हो, धावा! हा कसाई माझा गळा कापीत आहे. कुणी तरी या गरीब गाईला सोडवा!’

मी ताडकन अंथरुणावरून उठून बसलो. पलीकडे दिवाकर घोरत होता. खाली सखाराम एकसारखी चुळबूळ करीत होता. माझ्या उघड्या डोळ्यांना अंधारात ती मुलगी दिसत होती.

तिचा इतिहास....

वीस-बावीस वर्षांची असावी ती! मुद्रेवरून अगदी गरीब दिसत होती. ही पांढरपेशी मुलगी त्या राक्षसाच्या जाळ्यात कशी सापडली? प्रभाकराप्रमाणे तिच्याही दुर्दैवाचा उगम विफल झालेल्या प्रेमातच असेल काय?

असल्या किती तरी प्रश्नांनी पहाटेपर्यंत मला भंडावून सोडले. केव्हा एकदा उजाडते, असे होऊन गेले होते मला!

पण उजाडल्यावर रात्रच अधिक बरी होती, असे मला वाटू लागले.

सखारामला बरोबर घेऊन मी घराबाहेर पडलो खरा; पण कालच्या त्या दोन तरुणींचा पत्ता कसा काढायचा, ते मला काही कळेना. मोटारस्टँडवर चौकशी केली, तेव्हा कालचा इसम नरसोबाच्या वाडीला गेला नाही, असे कळले.

पण तो गावात असला, तरी आम्हाला कसा सापडणार? त्याने त्या दोघींना कुठे लपवून ठेवले असेल, कुणास ठाऊक!

फिरत फिरत आम्ही रंकाळ्याच्या बाजूला आलो होतो. माझ्या मनात आले, या अफाट तळ्यात बुडून खालच्या शेवाळ्यात अडकलेल्या मनुष्याला सुद्धा एक वेळ शोधून काढणे सोपे आहे; पण या मोठ्या शहरातल्या जनसमुदायात – त्यातून वेश्यांच्या वस्तीत कुठल्या तरी अंधाऱ्या खोलीत कोंडून ठेवलेल्या त्या तरुणींची माहिती मिळणे मात्र –

आम्ही अंबाबाईच्या देवळापाशी आलो होतो. देवीचे दर्शन घेऊन पुढे जावे, म्हणून आत आलो. पण देवीला नमस्कार करताना माझे मलाच हसू आल्यावाचून राहिले नाही. माझे मन म्हणत होते, देव सर्वसाक्षी असतो म्हणतात. मग त्या मुली कुठे आहेत, ते त्या अंबाबाईला विचार की!

स्टेशनावर, खाणावळीत, हॉटेलात, संध्याकाळी सिनेमाच्या थेटरात – सुचतील त्या सर्व ठिकाणी आम्ही हिंडलो. पण त्या तरुणींचा किंवा त्यांच्याबरोबरच्या त्या मनुष्याचा काहीच सुगावा आम्हाला लागला नाही.

रात्री जेवण झाल्यावर सखाराम म्हणाला, ''दिवसा शोध काही उपयोग नाही! तिचा पत्ता लागला, तर रात्रीच लागेल!''

''कुठं?''

''तो मांग असल्या गाईंना ज्या खाटिकखान्यात नेऊन घालतो, तिथं!''

माझ्या अंगावर शहारेच उभे राहिले. बेपत्ता झालेल्या दोन बायका शोधण्याकरिता अपरात्री वेश्यांच्या वस्तीतून फिरायचे?

छान!

तिथं कुणी तरी आपल्याला ओळखणारा मनुष्य भेटावा आणि त्याने अरुणेला माझ्या या संशोधनाचे तिखटमीठ लावून वर्णन करून सांगावे – म्हणजे धरणी दुभंग होऊन आपल्याला पोटात घेईल, तर फार बरे अशी स्थिती होईल आपली.

मी सखारामाला सरळ कोकणात परत जाण्याचा सल्ला दिला; पण काही केल्या तो आपला हट्ट सोडीना.

शेवटी दुसरे दिवशी सकाळी मी त्याला कोल्हापुरात ठेवून घरी निघून आलो.

घरात गडी होता, स्वयंपाकीण होती, सर्व काही जिथल्या तिथे होते; पण घरात पाऊल टाकल्याबरोबर माझ्या मनाला जो प्रसन्नपणा नेहमी येत असे, तो काही आज आला नाही. अरुणेची राहून राहून आठवण होऊ लागली – अजयची 'अप्पा, अप्पा' ही हाक कानांत घुमू लागली – उद्याच्या केसचे कागद कारकुनाने टेबलावर ठेवले होते. ते वाचावयाचे सोडून मी घरभर फिरू लागलो.

प्रत्येक पावलाला मला रमणीय दृश्य दिसू लागले.

दिवसा चंद्र निस्तेज दिसतो ना? अरुणेचा पुढ्यात ही दृश्ये अशीच फिक्की पडली असतील! पण आता – पौर्णिमेच्या चंद्राप्रमाणे ती माझ्यावर अमृताचा वर्षाव करू लागली.

स्वयंपाकघरातली ही जागा. इथेच अरुणा एकदा खोबरे कातीत बसली होती. मधेच तिने एक लहानसा खोबऱ्याचा तुकडा काढून तो खायला सुरुवात केली. इतक्यात मी आत आलो. मी म्हटले,

'आम्हाला सुद्धा खोबरं आवडतं हं!'

तिने मोठा तुकडा काढण्याकरिता हातातले भक्कल उचलले. पण मी म्हटले,

'छे! ते खोबरे नाही बुबा,आपल्याला आवडत!'

तिने माझ्याकडे विस्मयाने पाहिले.

मी चटकन तिच्याजवळ बसलो आणि तिच्या ओठांना ओठ लावून तिच्या तोंडातला अर्धा तुकडा माझ्या तोंडात ओढून घेतला.

ती खुदकन हसली.

इतक्यात पलीकडे काही तरी वाजले. आम्ही दोघे गोंधळून उठलो. आम्हाला वाटले, स्वयंपाकाच्या मावशी आल्या असाव्यात. दोघेही दूर होऊन पाहतो, तो एक मांजर लाडवाच्या डब्याशी खुडबुड करीत होते!

घरातली प्रत्येक जागा, प्रत्येक वस्तू मला अशा रीतीने अरुणेची मधुर स्मृती करून देत होती. संध्याकाळी मनोहर रंगांची कारंजी उडू लागतात ना? माझ्या मनातल्या आठवणीही तशाच होत्या. किती विविध – पण किती मधुर!

कशाकडेही माझे लक्ष लागेना

आणि रात्री जेवण झाल्यावर प्रवासाचा शीण घालविण्याकरिता मी लगेच अंथरुणावर अंग टाकले, तरी काही केल्या माझे डोळे मिटेनात!

गृहिणी नसली की, घराला अरण्याची कळा येते, असे एका कवीने म्हटले आहे ना? त्याची प्रचीती मला पळापळाला येऊ लागली. किर्र रानात रात्र काढावी लागली असती, तरीसुद्धा माझे मन इतके अस्वस्थ झाले नसते! सावरीच्या मऊ कापसाची उशी मला एखाद्या अणकुचीदार दगडासारखी टोचू लागली. बिछान्यावरल्या पांढऱ्या शुभ्र पलंगासमोर जणू काही कुणी काटे पसरून ठेवले आहेत, असा मला भास झाला. मंद निळसर प्रकाशाने भरलेली खोली एखाद्या अंधारकोठडीसारखी भयाण वाटू लागली.

मी उठून अस्वस्थपणाने फेऱ्या घालू लागलो.

मला काही तरी चुकल्या चुकल्यासारखे होत होते. तसे पाहिले, तर माझ्या नेहमीच्या सुखसोयींत काही काही कमतरता नव्हती. फक्त अरुणा तेवढी माझ्यापासून दूर होती.

मी स्वतःच्या अस्वस्थपणाकडे तिऱ्हाइताच्या दृष्टीने पाहू लागलो. एखाद्या कड्यावरून खालच्या खोल दरीत पाहताना माणसाला जशी भोवळ येते, तशी माझ्या मनाची स्थिती झाली. मला वाटते, माणसाचे मन हे मोटारीच्या इंजिनासारखे आहे, ते बाहेरून मोठे सुंदर दिसते. ते जोपर्यंत हसत-खेळत धावत असते, तोपर्यंत आपण कुणीच त्या इंजिनाचा फारसा विचार करीत नाही पण गाडी चालेनाशी झाली की, मग आपण ते इंजीन खोलून पाहायला लागतो. पण वरचे झाकण उघडताच जे दृश्य दिसते, ते इंजिनाच्या किंवा मोटारीच्या बाह्य सौंदर्याशी किती विसंगत असते!

मी अरुणेच्या विरहाने अस्वस्थ झालो होतो, हे उघड होते; पण अरुणा मला आता इथे हवी होती, ती कशाला? माझ्या बुद्धीची भूक भागविण्याकरिता?

दुसऱ्या कुणी हा प्रश्न विचारला असता, तर मी त्याचे 'होय' असेच उत्तर दिले असते.

पण आत्मवंचना ही परंवचनेइतकी सोपी नाही.

माझ्या बुद्धीला या वेळी अरुणा नको होती. माझ्या भावनेला, माझ्या शरीराला ती हवी होती. ती इथे असती, तर तिच्याशी चर्चा करीत बसण्यापेक्षा तिच्या मांडीवर डोके ठेवून तिच्याकडे पाहत राहण्यातच मला अधिक आनंद वाटाला असता. तिचे बोलणे गोड असले, तरी ते बोलणं आपल्या ओठांनी बंद करण्यात अधिक सुख आहे, असेच या वेळी मी मनाशी म्हटले असते.

मनुष्याच्या प्रेमात शरीर-सुखाच्या अपेक्षेचा केवढा मोठा भाग असतो, याची त्या क्षणी मला कल्पना आली.

क्षणभर माझा मलाच राग आला.

पण लगेच मला हसूही आले. माणसाने स्वत:वर रागवावे, असे या अपेक्षेत काय वावगे आहे? भूक लागली, म्हणून खायला मागणे हा काही गुन्हा होत नाही आणि तो गुन्हा होत असला, तरी भूक लागल्यावर शरीर कधीही तडफडल्याशिवाय राहायचे नाही. ज्याला आपण प्रेम म्हणतो, ती सुद्धा अशीच एक भूक आहे. ती भूक अधिक विचित्र आहे, हे खरे; निसर्गाइतकाच मानवी संस्कृतीचाही तिच्याशी संबंध येतो. पण काही झाले, तरी प्रेम ही नुसती भावना नाही, केवळ काव्य नाही.

मला एकदम प्रभाकराची आठवण झाली. सुलभेवरल्या आपल्या प्रेमाचे त्याला असे पृथक्करण करता आले असते, तर....

तर! एक लहान शब्द, पण या एका शब्दाने मानवी जीवन किती दु:खमय केले! मनुष्याला आयुष्यातली कटु सत्ये इतक्या उशिरा कळतात की, या औषधांचा कडवटपणा तेवढा त्याच्या जिभेवर रेंगाळत राहतो. पण त्याची प्रकृती सुधारण्याला त्याचा काडीमात्रही उपयोग होत नाही. हत्ती पकडण्याकरिता खणलेले खड्डे सुंदर हिरवळीने आच्छादून टाकण्याची पद्धत आहे. आयुष्याच्या मार्गावरले खाचखळगेही मोहक काव्य आणि भ्रामक तत्त्वज्ञान यांच्या आच्छादनाखाली लपवून ठेवून समाज आपल्याच अपत्यांचे बळी घेत असतो. प्रेमापासून धर्मापर्यंत, लक्ष्मीपासून सरस्वतीपर्यंत जीवनाचे पोषण करणारे जे जे रस आहेत, ते ते आमच्या अज्ञानामुळे दूषित होऊन गेले आहेत – त्यातल्या विषांनी तरुण पिढी निस्तेज होत आहे – अकाली सुकून जात आहे.

रात्री झोपेतून मी जागा झालो, तेव्हा सुद्धा याच विचाराने माझ्या मनात थैमान घालायला सुरुवात केली.

सकाळी अरुणेने खुशालीचे पत्र आले, ते मी तीन-चार वेळा वाचले. मग शांतपणाने मी कामाला लागलो.

बापूभटजींना मी एक कार्ड लिहून टाकले, 'प्रभाकर बहुधा मुंबईला गेला असावा. माझ्या मुंबईच्या मित्रांना त्याचा शोध करण्याविषयी मी पत्रे पाठवीत आहे. सवड होताच मीही मुंबईला जाऊन येईन.' असा मजकूर मी त्या पत्रात लिहिला खरा! पण तो लिहिताना माझे मन एकसारखे म्हणत होते, या भोळ्या-भाबड्या दोन जिवांना असे झुलवत ठेवण्याचा परिणाम वाईट तर होणार नाही ना? अकारण वाढवलेली आशा ही निराशेपेक्षाही असह्य होण्याचा संभव असतो. आज ना उद्या प्रभाकर आपल्या डोळ्यांना दिसेल, म्हणून हे दोन भोळेभाबडे जीव डोळ्यांत प्राण

आणून त्याची वाट पाहत राहतील! आणि दुर्दैवाने प्रभाकराने आत्महत्या केली असली, तरतर त्यांचे डोळ्यांत उभे राहिलेले प्राण तिथून एका क्षणात बाहेर निघून जातील!

पुढचे पुढे पाहता येईल, म्हणून मी ते पत्र पोस्टात टाकले.

संध्याकाळपर्यंत माझा सारा वेळ कामांत गेला.

पण जेवून आजची वर्तमानपत्रे वाचण्याकरिता म्हणून मी माझ्या खोलीत येऊन बसलो मात्र – एकदम आभाळ भरून यावे, त्याप्रमाणे माझे मन अस्वस्थ होऊन गेले. आजच्या पत्रात कॉ. रॉय यांचे एक भाषण होते, काँग्रेसच्या वर्किंग कमिटीची हकीकत होती, गर्भपाताच्या कामी साहाय्य करणाऱ्या डॉक्टरणीवरला एक खटला होता, सर्व काही होते. पण दहा-वीस ओळी वाचल्यावर मी बेचैन झालो आणि येरझाऱ्या घालू लागलो.

माझे मन एक मोठी प्रश्नमालिका तयार करीत होते – अरुणा आता काय करीत असेल? जेवताना माझी आठवण होऊन तिच्या हातातला घास ओठांपाशी अडखळला असेल का? झोपलेल्या अजयकडे पाहता पाहता माझी आठवण होऊन तिने त्याचा मुका घेतला असेल का? बहिणीशी बोलता बोलता ती माझ्या गोष्टी सांगायला लागून त्यांच्याकडून आपली थट्टा करून घेत असेल का? आणि रात्री झोपेतून जागी झाल्यावर एका बाजूला अजय आहे, पण दुसऱ्या बाजूला एक माणूस नाही; म्हणून तिचे मन हुरहुरत असेल का?

मनाची अस्वस्थता घालविण्याकरिता मी माझ्या खोलीत आणून लावलेला अरुणेचा तो फोटो खाली काढता आणि पलंगावर अगदी जवळच्या उशीवर तो ठेवून निद्रेची आराधना करू लागलो.

दुसरे दिवशी सकाळी डोळे उघडताच माझे लक्ष त्या फोटोकडे गेले आणि माझे मलाच हसू आले. मी अगदी लहान मुलासारखा वेडा झालो होतो. आपली बाहुली किंवा खेळणे जवळ घेऊन मूल निजते ना? मीही तेच केले होते.

हां-हां म्हणता आठ दिवस गेले – दिवसाबरोबर रात्रीही गेल्या, पण प्रत्येक रात्री अरुणेची ओढ लागल्यामुळे मनाला जो गोड अस्वस्थपणा येई, तो कमी तर झाला नाही, उलट वाढतच गेला. मी पलंगावर अरुणेचा फोटो तर कायमचाच ठेवून दिला होता. सीता गेल्यावर रामाने तिची सोन्याची पुतळी करून घेऊन तिच्या जोडीने यज्ञ पार पाडला, अशी काही तरी एक कथा आहे ना? पलंगावरल्या अरुणेच्या फोटोकडे पाहता पाहता ती मला आठवे आणि मी मनात म्हणे –

रामाच्या आयुष्यात सीता कधीच परत आली नाही. पण माझी अरुणा लवकरच परत येईल. पलंगावर आपला हा फोटो पाहून ती खुदकन हसेल आणि म्हणेल,

'इश्श! कुणी पाहिलं, तर काय म्हणेल?'

'काय म्हणणार? 'मी विचारीन.

'इकडे वेड लागलंय, असं म्हणतील सारे!'

'मी त्यांना म्हणेन, तुम्ही सारे फार चांगले डॉक्टर आहात. माझ्या रोगाची बरोबर परीक्षा केलीत तुम्ही!'

'इश्श!'

अरुणेचा हा मधुर काल्पनिक उद्गार ऐकता ऐकता माझ्या मनात एक विचार राहून राहून येई, प्रेम हे खरोखरीच एक वेड आहे? ते फार गोड असेल, आयुष्यातल्या अनंत दुःखांचा विसर पाडण्याचे सामर्थ्य त्याच्यात असेल. त्याच्या पाशांत सापडत नाही, असा प्राणी क्वचितच सापडेल; पण हे सारे खरे असले, तरी वेड ते वेडच!

क्षणभर परक्या मनुष्याच्या दृष्टीने अरुणेच्या त्या फोटोकडे पाहण्याची तीव्र इच्छा माझ्या मनात उत्पन्न झाली. ती दृष्टी म्हणत असे – तुझ्यासारख्या एका सुबुद्ध तरुण मनुष्याने असल्या वेडाच्या आहारी जावे? 'अरुणा... अरुणा' म्हणून तू या फोटोतल्या तरुणीच्या नावाचा मनात जप करीत आहेस. पण ही मुलगी तुझ्या आयुष्यात आलीच नसती, तर – तुझे लग्न दुसऱ्या एखाद्या मुलीशी झाले असते, तर – कॉलेजमधली करुणा तुला मिळाली असती, तर – या वेळी करुणा जवळ हवी, म्हणून तू असाच तळमळत राहिला असतास!

करुणा मला मिळाली असती, तर –

मला अरुणेच्या त्या फोटोकडे पाहवेना. माझे करुणेशी लग्न झाले असते, तर या वेळी माझ्या पलंगावर तिचा फोटो दिसला असता – ती जवळ नाही, म्हणून मी तळमळत राहिलो असतो – तिच्या फोटोंची चुंबने घेत बसलो असतो –

...आणि करुणाही माझ्या आयुष्यात आली नसती, तर? तर काय मी ब्रह्मचारी राहणार होतो? की देव्हाऱ्यात एखाद्या देवीची स्थापना करून तिच्या पूजेत समाधान मानून स्वस्थ बसणार होतो?

छे:! करुणा आणि अरुणा या दोघी जन्माला आल्या नसत्या, तरी मी एखाद्या तिसऱ्या मुलीशी लग्न केलेच असते, तिच्या विरहाने तळमळत राहिलोच असतो, तिचा फोटो असाच पलंगावर ठेवला असता, तिच्या एका स्पर्शासाठी असाच अधीर झालो असतो!

आज माझे प्रेम अरुणेवर आहे, हे खरे! पण अरुणेशी माझे लग्न झाले नसते, तरी मी तिच्यावर प्रेम केले असते, हे मात्र खरे नाही?

...आणि करुणेवर एके काळी माझे प्रेम होते, हे जरी खरे असले, तरी आज –

आज करुणेवर माझे प्रेम आहे, असे कोण म्हणेल? लहानपणी नदीच्या वाळवंटात खेळता खेळता बांधलेल्या घरासारखेच माझे तिच्यावरले प्रेम होते. प्रणयाचा खेळ होता तो. प्रेमाच्या राज्यात पहिले पाऊल टाकताना नावीन्यामुळे त्या क्षणाचे मनुष्याच्या मनाला स्मरण राहणे स्वाभाविक आहे. त्या क्षणात जादू असते, हे खरे! पण संसार हा काही जादूचा क्षणिक खेळ नाही. तो सहारात वर्षानुवर्ष करावा लागणारा प्रवास आहे. या कठीण प्रवासातल्या सोबत्यांवरच मनुष्य खरेखुरे प्रेम करतो.

खरेखुरे प्रेम!

म्हणजे प्रेम खोटे असू शकते!

कॉलेजात असताना मी करुणेवर केलेले प्रेम खोटे होते?

छे:!

प्रभाकराचे सुलभेवर बसलेले प्रेम खोटे असेल?

छे:!

फार काय, सुलभेने प्रभाकराविषयी दाखविलेला कोमल भाव हे काय केवळ एक नाटक असेल?

छे:!

पहिले प्रेम खोटे असत नाही. पण ते खरे असतेच, असे नाही!

पहिले प्रेम हे एक विचित्र अर्धसत्य आहे आणि अर्धसत्ये ही दर्शनी मोहक पण परिणामी दाहक असतात, हा अनुभव जगात कुणाला आलेला नाही?

निसर्गाचे आकर्षण – भावनेचे नावीन्य – काव्याची मोहिनी तरुण मनाचा स्वप्नाळूपणा – पहिल्या प्रेमाचे सौंदर्य असल्या किती तरी गोष्टींनी वाढत असते. पण हे सौंदर्य कृत्रिम असते, क्षणजीवी असते.

प्रेम हे वेड आहे, हेच खरे! जीवनाला रसमय करणारी प्रत्येक भावना वेडीच असते. प्रेम काय, धर्म काय, ध्येय काय, देशभक्ती काय – या कारंज्यांनी जीवनाच्या वनाला उपवनाचे स्वरूप आणले आहे.

पण मनुष्याच्या धर्माच्या, ध्येयाच्या आणि देशभक्तीच्या विशीतल्या कल्पना तिशीत किंवा चाळिशीत कायम राहतात का? त्या बदलतातच की, नाही? मग पहिल्या प्रेमाची विशीतली कल्पना आयुष्यातल्या अनुभवांमुळे बदलावी लागली, तर माणसाने लगेच वैतागून जीव द्यायला निघावे, हा शुद्ध वेडेपणा नाही का?

विचार करता करता माझे मन अगदी शिणून गेले; माझा डोळा लागला.

मी दचकून जागा झालो, तेव्हा माझ्या अंगाला दरदरून घाम सुटला होता. मला एक विलक्षण स्वप्न पडले होते.

स्वप्नात मला दिसले....

मी पृथ्वीप्रदक्षिणा करून एक अतिशय सुंदर फूल मिळविले आहे. रंग गुलाबाचा; पण सुगंध बकुळीचा, पाकळ्यांची ऐट बटमोग‍ऱ्याची; पण देठाची कोमलता जाईजुईची, असे विचित्र फूल होते ते!

ते फूल मी माझ्या कोटाला लावले. कोट खूप सुंदर दिसू लागला, पण तेवढ्याने माझे समाधान होईना. माझ्या खोलीतल्या एका पुष्पपात्रात ते ठेवून दिले मी! छे:! तांब्याच्या कोंदणात कुणी हिरकणी बसवितो का?

एखाद्या देवतेला वाहूनच त्या फुलाच्या सौंदर्याचे सार्थक होईल, असे मला वाटले.

मी धावत धावतच निघालो.

एक देऊळ दिसू लागले.

मी लगबगीने आत शिरलो.

समोर एक देवता हसत होती.

देवता की करुणा?

तिच्या मूर्तीवर एकही फूल नव्हते.

मला माझ्या फुलाचा मोठा अभिमान वाटू लागला.

मी ते तिला वाहण्याकरिता पुढे झालो.

पण इतक्यात एक विलक्षण चमत्कार घडून आला.

ती देवता अदृश्य झाली.

उदास मनाने मी देवळाबाहेर पडलो.

पाय नेतील, तिकडे मी जात होतो – राहून राहून हातातल्या फुलाकडे पाहत होतो – बाहेरच्या उन्हाची झळ लागू नये, म्हणून त्याला दोन्ही हातांनी झाकून नेत होतो – आणि माझ्या हाताच्या उबेनेच ते कोमेजेल की काय, याविषयी मी पदोपदी साशंक होत होतो.

पुन्हा एक देऊळ दिसू लागले.

आनंद आणि भीती यांचा लपंडाव माझ्या मनात सुरू झाला.

या देवळातील देवता त्या देवतेसारखीच असेल, की....

माझे मन त्या देवळापासून दूर जाऊ पाहत होते, पण माझे डोळे या नव्या देवतेचे दर्शन घेण्याकरिता आतुर झाले होते.

देवळाच्या गाभाऱ्यात मी भीतभीतच गेलो.

क्षणभर मला त्या पहिल्या देवतेची आठवण झाली.

पण लगेच दुसऱ्या क्षणी या नव्या देवतेविषयीच्या भावाने माझे मन भारावून गेले; मी हातातले फूल तिला वाहताच तिने जे हास्य केले – आकाशातल्या प्रत्येक

चांदणीचा चंद्र होऊन ते चांदणे फुलेल, त्यालाच कदाचित त्या हास्याची सर येईल.

मी डोळे मिटले.

भक्त आणि देवता अभिन्न झाली.

इतक्यात कुणी तरी कर्कश स्वराने किंचाळले,

'फेकून द्या ते फुल!'

मी दचकून डोळे उघडले.

पुन्हा एक विलक्षण चमत्कार घडून आला.

'फेकून द्या ते फूल!' असे किंचाळणारी व्यक्ती कुठेच दिसत नव्हती; पण हळूहळू माझे फूल मूर्तीपासून दूरदूर जात आहे, हे मला स्पष्ट दिसत होते. काळजाला जखम होऊन त्यातून भळभळ रक्त वाहू लागावे, तसे झाले मला.

मी जिवाच्या आकान्ताने ओरडून म्हणालो 'देवी, तुझ्या पूजेसाठी हे फूल मी आणलं होतं.'

एकदम कठोर शब्द ऐकू आले,

'खोटं, अगदी खोटं! हे पूजेचं फूल नाही, हे निर्माल्य आहे!'

'निर्माल्य?' मी मोठ्याने प्रश्न केला खरा, पण माझ्या स्वरात इतका विचित्र कंप उत्पन्न झाला होता, की –

'पूर्वी एका देवीला हे फूल तू वाहिलं होतंस, ही गोष्ट खरी आहे की नाही? बोल, बोल, आता का तुझी दातखिळी बसली?

त्या आकाशवाणीने केलेला आरोप कबूल केल्याशिवाय गत्यंतर नव्हते मला.

मी माझ्या देवतेकडे पाहू लागलो. तिच्या मुद्रेवर क्रोध, तिरस्कार – ती देवता होती, की अरुणा....

कुठली तरी अदृश्य शक्ती त्या फुलाला देवळाबाहेर नेत होती. ते बाहेरच्या धुळीत पडू नये, म्हणून मी त्याच्यामागून धावत गेलो. पण त्या गडबडीत माझाच पाय त्याच्यावर पडला आणि त्याचा अगदी चोळामोळा होऊन गेला.

याच ठिकाणी माझे स्वप्न संपले होते.

किती भयंकर स्वप्न होते ते!

मी पलंगावरल्या अरुणेच्या फोटोकडे पाहिले. ही अरुणा हसत होती....

पण स्वप्नातली ती दुसरी देवता? डोक्यावर गार पाणी शिंपडून सुद्धा मनातली आग विझेना. शेवटी अजयचे ते सेल्युलॉइडचे बाळ पाळण्यात ठेवून त्याला वेड्यासारखे झोके देऊ लागलो, तेव्हा कुठे मला बरे वाटले.

अजयच्या बाललीलांच्या आठवणींनी माझा दुसरा दिवस आनंदात गेला. स्त्रीप्रेम हे जीवनवृक्षाचे फूल असले, तर अपत्यप्रेम हे त्याचे फळ आहे, अशी

कल्पना करण्यात मला मोठी मौज वाटू लागली. आज रात्री आपल्याला जी स्वप्ने पडतील, त्यात अजयच्या लीलाच दिसतील, या गोड तंद्रीतच मी संध्याकाळी कोर्टातून परत आलो. चहा घेऊन मी गच्चीत आरामखुर्ची टाकून तिच्यात पडलो आणि डोळे मिटले मात्र!

मनातले चित्रपट किती लवकर तयार होतात – मग त्यात भूतकालातला इतिहास असो किंवा भविष्यकाळातली स्वप्ने असोत!

तीन-चार वर्षांचा दिसणारा अजय माझ्या डोळ्यांपुढे उभा राहिला. त्याचे बोट धरून मी त्याला फिरायला नेत होतो. जाता जाता एक ससा दिसला मला. तो मी अजयला दाखविला. तो आनंदाने टाळ्या पिटू लागला. लगेच तो मला म्हणाला,

'अप्पा, हा ससा घरी नेऊ या आपण!'

'कशाला, रे?'

'खेळायला!'

'बरं!'

लगेच अजय गंभीर मुद्रेने माझ्याकडे का पाहू लागला, ते मला कळेना. क्षणभर विचार करून तो म्हणाला, 'अप्पा, ससा नको मला खेळायला!'

'मग काय हवं?'

'हत्ती!'

'हत्ती?' मी हसत विचारले.

'हो, हत्ती! आम्ही दोघे बाहेर सोप्यावर खेळू. स्वयंपाकघरात नाही येणार नि माझा हत्ती आईचं काम करील की!'

'कसलं!'

'आईला विहिरीतनं पाणी काढावं लागतं ना? हत्ती आपली सोंड विहिरीत बुडवील नि एकदम....'

मी हसत हसतच डोळे उघडले.

घरापुढे एक मोटार थांबली होती. तिच्यातून एक तरुण पुरुष खाली उतरला आणि त्याच्या मागाहून करुणेसारखी दिसणारी एक बाई....

छे:! करुणाच होती ती!

माझ्या डोळ्यांपुढे नेहमी कॉलेजातली करुणा उभी राहत असल्यामुळे तिच्यात काही फरक झाला असेल, ही कल्पनाच माझ्या मनाला कधी शिवली नव्हती; पण फोटो बदलत नसला, तरी माणूस बदलते. माणसाचे मन एका जागी गुंगून जात असले, तरी काळ पळापळाला पुढेच जात असतो, नाही का?

करुणेचे स्वागत करताना क्षणभर मी गोंधळलो. हृदयातले एक शल्य हलल्याचा

भास झाला. ज्या करुणेने या घराची राणी म्हणून यायचे, तिने चार दिवसांची पाहुणी म्हणून इथे यावे.

मी हृदयात डोकावून पाहिले. तिथे अरुणा, अजयला मांडीवर घेऊन खेळवत बसली होती. माझे प्रेमभंगाचे शल्य....

दुबळ्या मनाचा भास होता तो. पायातला काटा काढून टाकला, तरी तिथे काही तरी बोचतंय, असे माणसाला वाटत राहतेच ना? हृदयातल्या शल्याच्या बाबतीतही त्याला हाच अनुभव येतो.

चहा घेताना माझ्या पेल्यात फार कमी चहा आहे, हे करुणेच्या कसे लक्षात आले, कुणास ठाऊक!

ती म्हणाली,

'तुमच्यात फारच बदल झालेला दिसतोय, देवदत्त!'

'म्हणजे? फार म्हातारा दिसायला लागलो की काय, मी?'

'असंच नाही काही! पण....'

'पण काय?'

'तसंच काही तरी आहे! कॉलेजात असताना तुमचा चहाचा पेला किटलीएवढा मोठा होता. पण आज तो बोंडल्याएवढा लहान झालेला दिसतोय!'

हसत हसत मी म्हटले,

'हल्ली रात्री झोप येत नाही मला!'

'त्याचा चहाशी काय संबंध आहे?'

मी तिच्याकडे पाहत म्हटले, 'तू मास्तरीण आहेस की, डॉक्टरीण आहेस, ते आधी सांग मला!'

'मास्तरांना मानसशास्त्राचा खूप खूप अभ्यास करावा लागतो हं! होय की नाही, मनोहर?'

मनोहरचे लक्ष कुठे होते, कुणास ठाऊक! एखाद्या यंत्रातून आवाज यावा, तसा त्याचा स्वर वाटला मला. तो उत्तरला,

'मी पडलो साधा ड्रॉइंगमास्तर, मानसशास्त्र कशाशी खाताता, ते....'

करुणेने त्याच्याकडे पाहताच तो गप्प बसला. पण त्याच्या डोळ्यांतला उदास-करुण भाव मात्र अधिकच स्पष्ट झाला.

मला एकदम वाटले, मनोहरला आपण कुठे तरी पाहिले आहे. कुठे बरे?

माझी स्मरणशक्ती खूप शिणली. पण मनोहरला आपण कुठे पाहिले आहे, हे काही केल्या स्मरेना.

करुणा माझ्या पेल्यात आपल्या पेल्यातला थोडा चहा ओतीत म्हणत होती....

'अरुणाबाई माहेरी गेल्या आहेत, म्हणून झोप येत नाही तुम्हाला, खरं ना?

मग त्याचं खापर बिचाऱ्या चहाच्या माथी का फेडता? 'चोर सोडून संन्याशाला सुळी देणं' ही म्हण मुलींना समजावून सांगताना तुमचंच उदाहरण देणार आहे, मी आता!'

फार दिवसांनी भेटलेल्या मित्रांच्या गप्पा रानांतल्या पाऊलवाटांप्रमाणे असतात. त्या किती वळणे घेतील आणि कुठे जातील, याचा नेम नसतो.

चहा संपताच करुणा कॉलेजातल्या जुन्या आठवणींकडे वळली. तिची ही बडबड मनोहरला असह्य झाली असावी. तो एकसारखा चुळबुळ करीत होता. शेवटी खुर्चीवरून उठून तो खोलीत गेला आणि एक पाकीट हातात घेऊन बाहेर आला. ते पाकीट पाहताच करुणा उद्गारली,

'सारंच मुसळ केरात! ज्या कामासाठी आम्ही मुद्दाम आलो, ते बाजूलाच राहिलं. मी मनोहरांना म्हणत होते की, गणेश चतुर्थीच्या सुट्टीत जाऊ आपण पण काही केल्या त्यांना धीर निघेना. हो, भावाची माया आणि भावजयीची माया यांच्यांत एवढं अंतर असायचंच! नाही का?'

मनोहराने पुढे केलेले पाकीट मी हातात घेतले. पाकिटावरल्या तिकिटावर आमच्याच गावचा छाप होता. तो दाखवीत मनोहर म्हणाला,

'अनूनं हे पत्र इथून पाठविलं. हे उघड आहे; पण तिनं पत्रात आपला पत्ता-बित्ता काही दिलेला नाही आणि पत्रातला मजकूर तर....'

त्याचा कंठ सद्गदित झाला – तो दुसरीकडे पाहू लागला.

करुणेने मला पत्र वाचण्याची खूण केली. मी ते वाचू लागलो –

'दादा,

कित्ती कित्ती दिवसांनी हे पत्र तुला पाठवीत आहे. या दीड-दोन वर्षांत तू माझी कित्ती चौकशी केली असशील, माझा पत्ता नाही, म्हणून तू किती उदास झाला असशील! आई माझ्यासाठी किती रडली असेल नि कुठल्या कुठल्या देवांना तिनं काय नवस केले असतील – सारं सारं मला कळतंय! पण काय करू? घरातून पळून गेलेल्या मुलीला आईला नि भावाला पत्र पाठविण्याचासुद्धा धीर होत नाही, रे!

तू म्हणशील, पळून जायचं भय मला वाटत नाही; पण पत्र पाठवायला मात्र – तू काही म्हण – माणसाचं मन असं आहे खरं! निदान माझं तरी आहे. मी फार फार भित्री आहे, रे दादा!

मी घरातून पळून गेले, हे खरे. तो धीर मला कुठून झाला?

नाही, दादा मी आपणहून गेले नाही. मला पळून जावं लागलं. वणव्यात सापडलेलं पाखरू फडफड करीत कुठं तरी दूर थंडगार ठिकाणी जाण्याची धडपड करतं ना? मीही तसंच केलं.

हे वाचून तुला राग येईल. तू म्हणशील, घर ही फुललेली बाग आहे. वणवा लागलेलं रान नाही. पण माझ्या हातून हे पत्र पुरं लिहून होईल की नाही आणि ते लिहून पुरं झालं, तरी टपालात पडेल, की नाही – काहीच सांगता येत नाही मला.

आईच्या कुशीत डोकं खुपसून खूप खूप रडावं, 'दादा, दादा' म्हणून तुला मिठी मारावी आणि मनातलं सारं दुःख ओकून टाकावं –

छे:! तसं केलं, तर माझ्या दादाचं अंग घाण होईल. नकोच तो विचार.

दादा, मी मराठीतल्या सगळ्या कादंबऱ्या वाचल्या आहेत. पण माझी हकीकत ही या साऱ्यांपेक्षा निराळीच कादंबरी आहे! मला गोष्ट लिहिता येत असती, तर कित्ती बरं झालं असतं!

दादा, आईची माझ्यावर किती माया होती! अनू म्हणजे तिच्या डोळ्यांतली बाहुली होती अगदी! तुझं माझ्यावर किती प्रेम होतं! ताई तळहातावरला फोड होता तुझा!

पण....

खरं सांगू? तुमचं दोघांचं प्रेम हे पक्वान्न होतं खरं! पण ते कैद्याला मिळणारं पक्वान्न होतं. घर हा माझा तुरुंग होता. या तुरुंगात तुम्हाला आवडेल, ते तुम्ही मला देत होता; मला काय हवं, याची चौकशी तुम्ही एका शब्दानंही केली नाही.

मला काय हवं होतं?

कसं सांगू? दादा, कसं सांगू?

दादा, एका माणसाला काय हवं असतं, ते दुसऱ्याला कळणं फार फार कठीण आहे या जगात! पोटभर पंचपक्वान्न खाऊन डुलक्या घ्यायला लागलेल्या श्रीमंताला दारावरल्या उपाशी भिकाऱ्याची कटकट होते ना?

जगात एक दुसऱ्याकडे याच दृष्टीनं पाहतो.

स्वतःविषयी विचार करायला लागलं की, माझ्या मनाला वावटळीत सापडल्यासारखं होतं.

... आणि आता विचाराचा काय उपयोग आहे? पुराच्या पाण्याबरोबर काटकी वाहत जाते ना? माझ्यासारख्या बायकांचं आयुष्यही तसंच....

दादा, आईनं माझं लहानपणी लग्न केलं, म्हणून मी तुला बोल लावीत नाही. लग्न झाल्यावर वर्षातच माझ्या कपाळाचं कुंकू नाहीसं झालं. मला काही दिवस फार वाईट वाटलं. पण त्या वेळी किती तरी महिने आईच्या डोळ्यांचं पाणी खळलं नाही.

एकुलती एक बहीण – त्यातून बालविधवा – म्हणून कुणीही भाऊ करणार नाही, इतकी माया तू माझ्यावर केलीस. आई मला इंग्रजी शाळेत पाठवायला तयार नव्हती. पण तू अगदी हट्ट धरून मला शाळेत घातलंस.

माझी चार-पाच वर्षं चांगली गेली. पण मग मात्र – माझ्याच बरोबरची शेजारची सिंधू. कुणी तरी पाहायला येणार होतं तिला. तिनं ते मला लाजत-लाजत सांगितलं, त्या दिवशी रात्री....

दादा, त्या दिवशी रात्रभर झोप आली नाही मला.

तिचं लग्न जमलं. पुढल्याच वर्षी तिला मूल झालं. मी बारशाला गेले होते. तिच्या बाळाचा तो लुसलुशीत स्पर्श. ते इवलेसे चमकणारे डोळे, त्या मोहक नाजूक मुठी – त्या दिवशी रात्री मला झोप तर आली नाहीच – उलट, सारी – रात्र उशीत डोकं खुपसून मी मुसमुसत होते.

वर्गातल्या बरोबरीच्या मुलींप्रमाणे पातळं नेसावीत, केशरचना करावी, फिरायला जावं, हसावं, खिदळावं, असं मला वाटे. आईला वाटे – अनूने बरोबरीच्या मुलींप्रमाणं अभ्यास करावा; पण बाकीच्या बाबतींत अगदी विरक्त राहावं. दादा, तू एखाद्या अरण्यात राहणारा ऋषी असतास, तर तुझ्या आश्रमाची झाडलोट करून, तिथली कंदमुळं शिजवून आणि एखाद्या हरिणाच्या पोराशी खेळून अनूनं आपले दिवस काढलेही असते.

पण लोहचुबंकाच्यामध्ये एखादा लोखंडाचा तुकडा ठेवायचा आणि त्याने आपल्या जागेवरून इकडे-तिकडे तिळभरसुद्धा सरकू नये, अशी इच्छा करायची!... काय उपयोग त्या इच्छेचा?

मी सातवीत असतानाचा तो प्रसंग मला अजून आठवतो. तू मला घरी घेऊन यायच्या पूर्वीच ती विचित्र बातमी आईच्या कानांवर येऊन पडली होती – शाळेच्या जिन्यावरून अनू खाली परत येत होती नि एक मुलगा वर जात होता. त्यानं पटकन तिचं चुंबन घेतलं, खालून येणाऱ्या हेडमास्तरांनी ते पाहिलं नि मग....

आई अगदी जीव द्यायला उठली. तुला सुद्धा तिची समजूत घालता येईना. मी तिच्या पायांवर हात ठेवून 'पुन्हा शाळेत पाऊल टाकणार नाही!' अशी शपथ घेतली, तेव्हा कुठं ती थोडी शांत झाली.

त्या वेळी खरं बोलायला मला धीर झाला नाही. पण आज सांगते – जिन्यावर आमची दोघांचीच गाठ पडली असती, त्याचं ते बेफामपणाचं वर्तन दुसऱ्या कुणी पाहिलं नसतं, तर मी कुणाकडे कसलीही तक्रार केली नसती! तो मुलगा मला आवडत होता.

आता वाटतं – आईसाठी मी शाळा सोडली नसती, तर फार बरं झालं असतं. अभ्यासामुळं तरी माझ्या मनाला विरंगुळा मिळाला असता! आई मला दिवसभर कामांत गुंतवून ठेवण्याचा प्रयत्न करी, दुपारच्या वेळी पांडवप्रताप नाही तर शिवलीला वाचायला लावी, संध्याकाळी आपल्याबरोबर देवाला घेऊन जाई. तिला

बिचारीला काय ठाऊक, की राधाकृष्णाच्या देवळात गेलं की, माझ्या डोळ्यांपुढे त्या दोघांच्या प्रेमलीलाच उभ्या राहत!

...आणि आईनं दिवसभर माझ्यावर नजर ठेवली, तरी सारी रात्र माझं मन काय करीत असे, हे तिला कोण सांगणार होतं?

दादा, सारी सारी लाज बाजूला ठेवून मी हे लिहीत आहे. तुझ्या ताईला क्षमा कर.

मी रात्री अंथरुणावर पडले की, कधी कधी शाळेतल्या जिन्यातल्या त्या ओझरत्या चुंबनाची आठवण मला होई, ती आठवण होताच माझ्या अंगावर गोड काटा उभा राही आणि मनात येई – शाळेतून काढून टाकण्याइतका मोठा अपराध त्या मुलाने खरोखरीच केला होता का? कदाचित आम्ही दोघांनी पुढं लग्नही केलं असतं!

लग्न – प्रेम – मूल – संसारसुख. मुसळधार पावसाप्रमाणे माझ्याभेवती अष्टौप्रहर या कल्पना नाचत होत्या. गोष्टी, कादंबऱ्या, नाटकं, चित्रपट, स्वप्न, मैत्रिणींबरोबरच्या गप्पागोष्टी, जिथं जावं तिथं माझ्या मनाचा बांध टिकू नये, अशाच गोष्टी मला दिसत होत्या ऐकू येत होत्या, अगदी हृदयाला भिडत होत्या.

त्यातच आपल्या शेजारी सहा महिन्यांकरता नेमलेले एक नवे मास्तर राहायला आले. ते कोण, ते तुला कशाला लिहायला हवं?

मास्तर एकटे होते, देखणे होते. त्यांचा आवाज मोठा गोड होता. ते प्रेमगीतं म्हणून दाखवू लागले की, माझं भान हरपून जाई. त्यांना तुझी चित्रं फार आवडत! पण त्यांच्या प्रत्येक कवितेनं एका विधवेच्या मनातल्या प्रेमाच्या भावना किती बहरून जात असत, याची तुलाच काय, पण त्यांनाही कल्पना नव्हती.

सहा महिन्यांनी मास्तर गेले; पण माझ्या मनातली त्यांची मूर्ती काही केल्या हलेना. मी स्वत:शीच हुरहुरून म्हणू लागले,

'माझं त्यांच्यावर प्रेम आहे, हे त्यांना कळलं असेल का?'

तुझ्यापाशी त्यांचा पत्ता होता. त्यांना पत्र लिहिण्याकरिता मी हजार वेळा बसले असेन; पण माझं एकही पत्र लिहून पुरं झालं नाही.

'अनूचं लग्न झाल्याशिवाय मी लग्न करणार नाही!' असं तू तुझ्या मित्रापाशी बोलला होतास, ते मला ठाऊक होतं. 'वादळातल्या होड्या' या चित्राची कल्पनाही तू मला सांगितली होतीस. तू मला कध्धी अंतर देणार नाहीस, हे त्यावरून मला कळून चुकलं होतं.

पण, दादा भावाच्या प्रेमानं बहिणीचं समाधान होत नाही, रे! तळ्यात कितीही पाणी असलं, तरी ते साठवलेलं असतं. नदीच्या वाहत्या पाण्याची – मग ते गुडघाभर का असेना – याला सर यायची नाही. माणसाचं आयुष्य ही नदी आहे; तळं नाही.

म्हणून तर मी घराबाहेर पडले. घराबाहेर जाताना मला कुणाच्या तरी हाताचा आधार हवा होता. आपल्या गावातले ते बॅरिस्टरमध्ये महिला समाजात त्यांची भाषणं होत होती, बघ – त्या बॅरिस्टरांनी मला मुंबईला न्यायचं कबूल केलं. एखाद्या श्रीमंत बाईच्या घरी राहून, जमलं तर खूप खूप शिकावं, आपल्या आवडीचा एखादा मनुष्य मिळाला, तर त्याच्याशी लग्न करावं, अशी मनोराज्यं करीत मी घर सोडलं. बॅरिस्टरांनी सारी व्यवस्था केली असल्यामुळे मी कुठं गेले, याचा गावात कुणालाच पत्ता लागला नाही.

तो चांडाळ मला घेऊन मुंबईच्या एका हॉटेलात उतरला. आपली बहीण म्हणून त्यानं त्या हॉटेलात माझे नाव नोंदविले. पण तरुण मुलीला बहीण मानणारी माणसे निराळी असतात!

मी सरळ शिकू लागले असते, तर तुला लगेच पत्र पाठविले असतं. पण माझ्या नशिबानं मला फसवलं होतं. ज्याच्यावर माझं काडीभरही प्रेम नव्हतं, अशा एका पशूच्या ताब्यात मी सापडले होते. आपलं काळं तोंड आईला नि दादाला दाखवायचं नाही, असा त्या वेळी मी निश्चय केला.

त्या मांगाच्या तडाख्यातून मी कशी सुटले, पोटाला चार घास मिळावेत, म्हणून ठिकठिकाणी कशी फिरले, समाजात सभ्य म्हणून मिरवणाऱ्या पुरुषांच्या लंपटपणाचे आणि नीतीचे स्तोम माजविणाऱ्या बायकांच्या क्रूरपणाचे किती विचित्र अनुभव मला आले – लिहायला बसले, तर ते रामायण होईल!

मी इथे कशी आले, तेवढंच लिहिते – मुंबईला एक चांगली श्रीमंत दिसणारी बाई मला भेटली. मोठी जमीनदारीण आहे ती! मी इंग्रजी सातवीपर्यंत शिकले आहे, हे कळताच तिनं आपल्या कोकणातल्या खेडेगावात गोर-गरिबांना शिकवायची कल्पना काढली. मलाही ती आवडली. इथून दहा-पंधरा कोसांवर ते गाव आहे, म्हणे तिथं जाऊन मी माझं पाप धुवून काढणार आहे. ते धुवून निघालं, तर तुला पुन्हा एक पत्र लिहीनच! नाही तर....

दादा, आईला सांग – अनू दुष्ट नाही, दुबळी आहे. तुझी मुलगी पतित नाही; प्रवाहपतित आहे. निसर्गाच्या प्रवाहाविरूद्ध पोहायची भलती सक्ती जर तिच्यावर....

तुझी –

छे! 'तुझी' हा शब्द खोडून टाकावसा वाटतो. नाही, मी तुझी ताईच आहे, मी आईची अनूच आहे.'

हे पत्र वाचल्यावर माझे मन इतके सुन्न होऊन गेले की, जवळ जवळ घटकाभर मी गप्पच होतो. मग मी मनोहरला म्हटले,

'अनूचा एखादा फोटोबिटो असला, तर शोध करायला –'

माझे वाक्य पुरे व्हायच्या आतच मनोहर उठून खोलीत गेला. त्याने ट्रंक घाईघाईने उघडल्याचा आणि झाकल्याचा आवाजही माझ्या कानांवर पडला. लगेच त्याने एक फोटो आणून माझ्या हातात दिला.

फोटोत चार-पाच मुली होत्या. त्यांतल्या मधल्या विधवा मुलीवर त्याने बोट ठेवले मात्र....

विजेचा झटका बसल्याप्रमाणे माझी स्थिती झाली.

ती मुलगी....

मी कोल्हापूरला गेलो, त्या दिवशी माझ्यासमोर मोटारीत हीच मुलगी बसली होती.

पण तिच्या कपाळावर कुंकू....

माझ्यातला वकील लगेच जागा झाला. कुणालाही संशय येऊ नये, म्हणून तिचा गळा कापणाऱ्या त्या कसायाने धूर्तपणाने तिच्या कपाळावर कुंकू लावले असावे!

मनोहर माझ्याकडे मोठ्या आशेने पाहत होता. करुणेच्या डोळ्यांतूनही तोच भाव व्यक्त होत होता. त्या दोघांची एकदम तीव्र निराशा करायचे माझ्या अगदी जिवावर आले.

मी स्तब्ध राहिलो.

दुसरे दिवशी सकाळी चहाच्या वेळी गावात अनूची चौकशी करण्याचे आश्वासन मी मनोहर व करुणा यांना दिले खरे; पण माझे मन म्हणत होते – तिकडे बापूभटजी व आई यांचा जीव टांगणीला लावून तू बसलाच आहेस! आता या दोघांना कशाला फसवितोस?.... नाही तरी चार-आठ दिवस चौकशी केल्याचे सोंग करून, तू त्यांना हात हलवीतच परत पाठविणार आहेस ना? मग त्यांना आजच जाऊ दे की! पावसानंतर एकदम कडाक्याचे ऊन पडले की, ते माणसाला असह्य होते, तशीच यांची स्थिती होईल. त्यांना उगीच आशा दाखविण्यात....

दुसरे मन म्हणाले, करुणा माझी कॉलेज मधली मैत्रीण आहे. तिला काय आल्या पावली परत पाठवायचे? दोघेही चार-आठ दिवस राहू देत की! वाईट बातमी एकदम सांगितली की, माणसांच्या मनाला मोठा धक्का बसतो. ती हळूहळू कानांवर घालणेच श्रेयस्कर!

चहा संपता संपता दैनिक वर्तमानपत्रे आली.

मुंबईच्या वर्तमानपत्रावरल्या एका बातमीवर माझे सहज लक्ष गेले.

ठाणे आणि कल्याणच्या दरम्यान कुठल्याशा स्टेशनावर एका तरुण मुलीने आत्महत्येचा प्रयत्न केला होता. ड्रायव्हरच्या प्रसंगावधानामुळे तिला काही इजा झाली नव्हती. पण तिच्याभोवती जमलेल्या घोळक्यामुळे तिच्यावर आपला हक्क सांगण्याकरिता दोन माणसे पुढे आली. एकाने ती आपली बहीण आहे, म्हणून सांगताच ती मोठ्याने किंचाळली. लगेच दुसरा पुढे आला आणि म्हणाला,

"ही माझी बायको आहे."

संध्याकाळपर्यंत या विचित्र बातमीने माझ्या मनाला पछाडले होते. कोर्टातून घरी जाऊन आणि करुणा व मनोहर यांच्याबरोबर चहा घेऊन मी फिरायला निघालो. इतक्यात....

समोरून सखाराम येत असलेला दिसला. नुकत्याच आलेल्या कोल्हापूरच्या गाडीतून उतरला असावा तो! त्याच्यामागे एक बाईही दिसत होती. तिचा चेहरा स्पष्ट दिसताच मला विलक्षण आश्चर्य वाटले. सखाराम यशस्वी होऊन आला होता. त्याच्यामागे उभी असलेली ती बाई – त्या दिवशी मोटारीत माझ्या समोर बसलेली त्या नाटकी रामोश्याची थोरली बहीण होती ती!

तिची धाकटी बहीण? अनू?

मी घाईने सखारामला विचारले,

"हिच्याबरोबर कोल्हापूरला गेलेली ती दुसरी मुलगी कुठं आहे?"

दोघेही खाली पाहू लागली.

■

सात

करुणा आणि मनोहर यांच्यासमोर मला सखारामाला अधिक काहीच विचारता येईना. दुर्दैवी अनूचे पुढे काय झाले असावे, याविषयी मनात तर अशी रुखरुख लागली होती, की....

पानावर बसल्यावर किती तर वेळ माझा पहिला भातच संपेना.

करुणा एकदम माझ्याकडे वळून म्हणाली,

"आत्ताच्या आत्ता तार करणार आहे मी!"

अनूच्याविषयी ती काही तरी बोलत आहे, असे वाटून मी विचारले,

"कुणाला?"

"अरुणाताईंना!"

थट्टामस्करी हा टेनिससारखाच एक खेळ आहे, नाही का?

मी करुणेकडे पाहत म्हणालो,

"तारेतला मजकूर तर कळू द्या आधी!"

करुणा उद्गारली,

"ताबडतोब निघा, रोग्याचं जरा जास्ती आहे!"

मी मनातल्या मनात हसलो – 'तू आल्यापासून रोग्याला नर्स मिळाल्यासारखं वाटतंय!' असे काही तरी उत्तर माझ्या ओठांपाशी आले होते. पण कुणाला बाहेर जाऊ द्यायचे आणि कुणाला आतल्या आत कोंडून ठेवायचे, हे ओठांच्याइतके तुरुंगावरल्या पहारेकऱ्यांना सुद्धा कळत नसेल!

जेवून उठल्यावर एका केसची सबब सांगून सखारामला घेऊन मी बाहेर पडलो. कुठे तरी दूर एकान्तात जाऊन त्याची सारी हकीकत मला ऐकायची होती. अर्धा-पाऊण मैल गेल्यावर आम्ही समुद्राच्या बाजूला आलो आणि एका लहानशा वाळूच्या टेकडीवर बसलो. बसता बसता खिशातली विजेची बत्ती काढून मी

चोहीकडे प्रकाश पाडून पाहिले. त्या प्रकाशात काजूची खुरटी झाडे, त्यांच्या पलिकडले ते लहान लहान माड आणि त्या माडांच्या पलिकडची सुरूची झाडे क्षणमात्र चमकली. माझ्या मनात आले, असाच कसला तरी प्रकाश पाडून मनुष्याला आपले मन आतून पाहता आले असते, तरतर प्रभाकर आणि अनू यांना डोळ्यांतून टिपे गाळीत बसण्याची पाळीच आली नसती.

माझ्यापासून जरा दूर बसून सखारामाने घसा खाकरला नि कोल्हापूरची हकीकत सांगायला सुरुवात केली. उगीच काही तरी चाळा करणाऱ्या माझ्या हातांना भोवतालची वाळू काल्यासारखी गार लागत होती; माझे मनही सखारामाची हकीकत ऐकून तसेच शहारत होते.

मी निघून आल्यानंतर सखाराम दररोज रात्री वेश्यांची घरे धुंडाळू लागला. कोल्हापूरला जाताना त्याने चांगले पन्नास-पाऊणशे रुपये बरोबर घेतले होते. दररोज त्याचे पैसे कमी होऊ लागले, पण त्याला हवी असलेली गोकुळा काही कुठेही दिसेना – तिचा ठावठिकाणाही कळेना. नुसत्या पानपट्टीवर खूश होणारे एक मूर्ख गिऱ्हाईक यापेक्षा निराळ्या दृष्टीने त्याच्याकडे कुणीच पाहिले नाही. प्रत्येक वेळी ज्या बाईची सखारामाशी गाठ पडे, तिला थोडीशी खुलवून तो एकच प्रश्न विचारी –

'कोकणातल्या कुणी बाया इथं आहेत का?'

सात-आठ दिवस निरनिराळ्या बायकांना हाच प्रश्न विचारून तो अगदी कंटाळला. अंधारात ठेचा खात जाणाऱ्या मनुष्याला काही केल्या वाट सापडू नये, तशी त्याची स्थिती झाली. आठव्या दिवशी शेवटचा प्रयत्न म्हणून तो एका वेश्येच्या घरी गेला. पान खाता खाता मालकिणीने दरडावून एका बाईला चुना आणायला सांगितले. चुना घेऊन येणाऱ्या बाईकडे सखारामाने सहज पाहिले – गोकुळा!

दुसरे दिवशी सकाळी सखारामाने हातात चांगले दोन, अडीच तोळ्यांचे वळे होते, ते मोडले आणि....

पैशाने जगात कुठले काम होत नाही? त्यातून 'गोकुळा माझी बायको आहे. ती आत्ताच्या आत्ता मला परत मिळाली नाही, तर मी पोलिसांत वर्दी देईन,' अशी धमकावणीही सखारामाने त्या वेश्येला दिली होती.

मी अधीरतेने विचारले,

'गोकुळेबरोबरची ती दुसरी मुलगी कुठं गेली?'

सखाराम ती हकीकत सांगू लागला. आपला हात दगडाखाली सापडला आहे, हे ओळखून गोकुळा वागत होती. पण ती दुसरी मुलगी मात्र....

कोल्हापूरला गेल्यावर शेपटीवर पाय पडलेल्या नागिणीप्रमाणे ती फुसफुसू

लागली. मालकिणीने 'असली मुलगी धंदा काय करणार?' म्हणून त्या मांगाकडे तक्रार केली.

तो तिला घेऊन मुंबईला निघून गेला.

आता मुंबईतल्या वेश्यांच्या वस्तीत अनूचा शोध करायचा? छे! समुद्रात पडलेली सुई कुणाला सापडली आहे का?

अनूचा पत्ता लागणे अगदी अशक्य आहे, अशी माझी खात्री झाली. ती सापडायची असती, तर या गोकुळेबरोबरच राहिली असती!

दुर्दैवी बिचारी!

दुःखातून पार पडल्यावर त्याचे रसभरित वर्णन करण्याची मनुष्याला इच्छा होते, सखारामाचेही तसे झाले होते. अनूचा शोध लागण्याची काही आशा नाही, असे दिसताच मी स्तब्ध बसलो. पण तो एकसारखा बोलत सुटला....

बायकांना बाजारात विकून त्या पैशावर चैन करणाऱ्या त्या चांडाळाचा धंदा गेली सहा-सात वर्षे इकडच्या बाजूला व्यवस्थितपणे चालला होता. खेड्यापाड्यांत जायचे, रूपाने बऱ्या दिसणाऱ्या बायका हेरायच्या, त्यांच्या भोळेपणाचा फायदा घ्यायचा, त्यांना भूलथापा द्यायच्या आणि शेवटी – कंटाळलेली गोकुळा त्याच्या जाळ्यात अशीच सापडली. तो नदीवर तिला भेटला, कोल्हापूरला नेऊन चांगली नोकरी लावून द्यायचे आमिष त्याने तिला दाखविले, गावात राहून सखारामाबरोबर आपल्याला संसार करता येणार नाही, या समजुतीने तिने त्याला संमती दिली – पण लवकरच आपण आगीतून निघून फोफाट्यात पडलो, अशी तिची खात्री झाली. तिच्या बरोबर कोल्हापूरला नेलेली ती दुसरी मुलगी – तिलाही मुंबईहून असेच फसवून आणले होते. त्या चांडाळाला मदत करणारी एक कुंटीण होती. ती मुंबईत राहून निरनिराळी सोंगे घेई. अनाथ मुलींना आईची माया दाखवून जवळ करी आणि त्यांना मुंबईबाहेर काढून मग....

हे ऐकता ऐकता मनुष्यजात अजूनही रानटी स्थितीत आहे – नरमांसभक्षण करण्याची पद्धत बदलली असली, तरी ती अजून समूळ नाहीशी झालेली नाही, असे विचार माझ्या मनात घोळू लागले.

मात्र मला राहून राहून एका गोष्टीचे आश्चर्य वाटत होते. एक नवरा सोडून दुसऱ्या प्रियकराबरोबर पळून आलेल्या आणि त्या दुसऱ्या पुरुषाला कंटाळून पुन्हा पळून जाणाऱ्या गोकुळेवर सखारामाचे इतके विलक्षण प्रेम बसले तरी कसे?

मनात उभा राहिलेला हा प्रश्न भरदिवसा सखारामाला विचारण्याचा धीर मला झाला असता की नाही, कुणाला ठाऊक! पण अंधारात....

अंधारात मनुष्याला नुसती आकाशातली रहस्येच दिसतात, असे नाही! मनुष्याच्या मनातली रहस्येही त्याला याच वेळी कळतात.

मी सखारामाला प्रश्न केला. तो लाजला नाही, बावरला नाही, चाचरला नाही, काही नाही. त्याने काहीही आढेवेढे न घेता आपली प्रेमकहाणी मला सांगितली.

नुकतीच त्याची पस्तिशी उलटली होती. एकामागून एक आशा त्याच्या दोन बायका दगावल्यामुळे तो अगदी उदास होऊन गेला होता. गावाच्या मानाने त्याचे जमिनीचे उत्पन्न बरे होते. कुटुंबात दुसरी कुणीच माणसे नसल्यामुळे त्याने चार पैसे साठविले होते; पण त्याला राहून राहून आपल्या नशिबाचा राग येई. देवाने त्याला पैशाचे सुख दिले होते; पण बायकोचे सुख मात्र –

पहिली बायको गेली, तेव्हा किती दिवस त्याच्या डोळ्यांचे पाणी खळले नाही, पुन्हा दुसरे लग्न करू नये, असेच त्याला वाटत होते. पण एक गोड मुलगी त्याला सांगून आली. त्यालाही ती आवडली. लग्न झाल्यावर हरवलेले सुख आपल्याला सापडले, असेच त्याला वाटले. तो पहिल्या बायकोला विसरला नाही; मात्र तिच्याइतकेच त्याने दुसरीवरही प्रेम केले.

पण त्याचे नशीब फुटक्या डोळ्यांचे होते.

त्याची दुसरी बायकोही त्याला सोडून गेली. पावसाच्या अभावी शेतातले उभे पीक वाळून जावे, तसे त्याचे आयुष्य झाले.

त्याचे शरीर हालचाल करीत होते; पण मन निश्चेष्ट होऊन पडले होते.

अशा स्थितीत त्याचा शेजारी कुठून तरी गोकुळेला घेऊन आला. नवरा, नणंद आणि सासू यांच्या छळाला कंटाळून ती त्याच्याबरोबर पळून आली होती.

गोकुळा आणि तिचा प्रियकर ही काही दिवस सुखी होती. पण त्याची बेफाम दारूबाजी – त्याचा बायकांचा नाद – एवढ्यातेवढ्यावरून मारहाण करण्याचा त्याचा स्वभाव – पहिल्या भेटीत त्याने तिला दाखवलेले प्रेम केव्हाच नाहीसे झाले होते. ओढा कोरडा पडला होता आणि त्यातले दगड तेवढे पावलोपावली गोकुळेच्या पायांना टोचत होते.

अशा स्थितीत सखारामाला एके दिवशी कसले तरी जिवाणू चावले. केवळ शेजारधर्म म्हणून ती त्याची शुश्रूषा करू लागली. तिचा छळ पाहून त्यालाही तिची दया आली.

पूर्वीच्या दोन बायकांइतकीच तीही त्याला हवीहवीशी वाटू लागली. त्याच्या दृष्टीने गोकुळा हे रत्न होते. पण ते एका राक्षसाच्या ताब्यात होते. ते कसे मिळवायचे, हे विचारण्या करताच पहिल्यांदा तो माझा सल्ला घ्यायला आला होता!

सखाराम उजाडेपर्यंत आपली हकीकत सांगत राहिला असता!

मीच उठत उठत आणि कपड्यांवरील वाळू झटकत म्हटले, "घरी पाहुणे माझी वाट पाहत असतील!"

घरी येईपर्यंत एक विचित्र कल्पना पुनःपुन्हा माझ्या मनात डोकावू लागली.

पहिल्या प्रेमाच्या वेळी माणूस आपले मन हे काचेचे भांडे आहे, असे मानत असतो. त्यामुळे दुर्दैवाने मनोभंग झाला की, आपले आयुष्य संपले, असे त्याला वाटू लागते. पण माणसाचे मन हे काचेचे भांडे नाही. चांदीचे भांडे आहे. धक्का लागून ते पडले, तर त्याला पोचा येतो, पण फुटून काही त्याचे तुकडे होत नाहीत!

रात्री अंथरुणावर मी किती वेळ तरी तळमळत होतो. पलिकडल्या खोलीत करुणा आणि मनोहर यांचीही काही तरी कुजबूज चालली असावी. माझ्या मनात आले, खाली सखाराम आणि गोकुळाही मागच्या आठवणी काढून अशीच काही बोलत असतील. मागे पडलेल्या संकटांच्या आठवणी सांगण्यात केवढे तरी सुख असते.

माझ्या डोळ्यांपुढे तीन जोडपी उभी राहिली.

करुणा आणि मनोहर.

अरुणा आणि मी.

गोकुळा आणि सखाराम.

या तीन जोडप्यांत कुठले अधिक सुखी आहे?

प्रश्न बराचसा विचित्र होता. पण विचित्र कल्पनांच्या मागे लागण्यातच मनुष्याला आनंद होत असतो. जमिनीवर लोखंडी चाक फिरवीत बसण्यापेक्षा आभाळात पतंग उडविण्यातच लहान मुलाला अधिक आनंद वाटतो, नाही का? मनाचेही तसेच आहे.

पलंगावर पलीकडे ठेवलेल्या अरुणेच्या फोटोकडे पाहता पाहता मला वाटले, अरुणेने मला सुखी केले आहे. पण त्या सुखात – मातीच्या घागरीला भोक नसले, तरी पाझरून तिच्यातले पाणी थोडे तरी कमी होतेच, की नाही! माझ्या प्रीतीचीही तीच गत झाली आहे. मला करुणा मिळाली असती, तरतर मी अधिक सुखी....

पलिकडच्या खोलीत करुणा मघापेक्षा मोठ्याने बोलू लागली होती. मनोहरावर ती रागावली असावी, असे तिच्या स्वरावरून वाटत होते. माझ्या मनात आले – लग्न होऊन थोडे दिवस झाले नाहीत, तोच यांची भांडणे सुरू झाली की! करुणा माझी असती, तर ती अशी कधीच रागावली नसती! तिचे मनोहरशी झालेले लग्न – त्यात सोय आहे; पण काव्य?

लगेच मला सखाराम व गोकुळा यांची आठवण झाली. त्यांच्या प्रेमात काव्य आहे, असे म्हणावे, तर....

छे:!

सखारामाचे हे तिसरे प्रेम – गोकुळेच्या आयुष्यात आलेला हा तिसरा पुरुष! असल्या शिळ्या प्रेमात काव्य कसले कपाळाचे असणार!

माझे एक मन सखारामाच्या या विटक्या प्रीतीला हसत होते. पण दुसरे गंभीरपणाने म्हणत होते, पहिल्या वाफेबरोबर गोडीही नाहीशी व्हायला प्रेम ही काही कढी नाही! सखारामाने गोकुळेला संकटातून सोडविण्याकरिता केलेली धडपड किती जिव्हाळ्याची होती! त्या दोघांचे हे पहिले प्रेम नाही खरे! म्हणून ते कमी उत्कट आहे, असे कोण म्हणेल? करुणेने सहज लिहिलेले ते वाक्य या जोडप्याच्या बाबतीत अगदी खरे वाटते–

'वादळात ज्या होड्या एकमेकींच्या जवळ येतात, मृत्यूच्या दारात ज्या होड्यांना एकमेकींचा आधार मिळतो, त्याच आयुष्यभर एकत्र प्रवास करतात!'

मी अरुणेच्या फोटोकडे पाहिले. ती हसून म्हणत होती....

'तुमची करुणा मोठी शहाणी आहे हं! अगदी माझ्याच मनातलं बोलून दाखविलं तिनं!'

मी पाळण्याजवळ गेलो. त्यात ऐटीने बसून माझ्याकडे टकमक पाहणारे अजयचे ते सेल्युलॉइडचे बाळही तेच म्हणत होते.

सकाळी चहा घेऊन सखाराम व गोकुळा निघून गेली.

चहाच्या वेळीच करुणा व मनोहर यांचे काही तरी बिनसले आहे, हे माझ्या लक्षात आले होते. सतारीच्या एकाच स्वरावरून ती नादुरुस्त आहे, हे कळू शकतेच, की नाही? प्रीती ही तर अतिशय नाजूक अशी सतार आहे.

कालच्या त्या विलक्षण बातमीची पुढली काही हकीकत वर्तमानपत्रात आली असेल, या कल्पनेने मी ती उत्सुकतेने चाळली. गाडीपुढे जीव द्यायला आलेली तरुणी – तिचा भाऊ म्हणून एक मनुष्य पुढे येतो, पण त्याला पाहून ती किंचाळते. लगेच दुसरा मनुष्य पुढे येऊन म्हणतो, 'मी हिचा नवरा!'

माझे मन म्हणत होते – मोठे मजेदार आहे हे प्रकरण! आपण ठाण्याच्या नाही तर कल्याणच्या कोर्टात वकील असायला हवे होते, असा एक ओझरता विचार त्या वेळी माझ्या माझ्या मनात आल्यावाचून राहिला नाही.

पण आजच्या वर्तमानपत्रात कालच्या या प्रकरणाविषयी एक अवाक्षर सुद्धा कसे आले नाही? मी हातांतल्या वर्तमानपत्राचे पान उलटून पाहिले. एका नटीची मुलाखत छापली होती तिथे. मी हसत मनात म्हटले, ही नटी ओठांना कोणत्या प्रकारचा रंग लावते, ही गोष्ट संपादकांना समाजाच्या दृष्टीने फार महत्त्वाची वाटत असली पाहिजे. कालच्या त्या आत्महत्या करू पाहणाऱ्या मुलीची जीवनकथा द्यायची, म्हणजे वाचकांपुढे मूर्तिमंत दु:ख उभे करायचे! त्यापेक्षा सिनेमा-नटीचा मेकअप, मांजरे, मनीबॅग, इत्यादिकांच्या माहितीने वाचकांचे मनोरंजन करणे अधिक चांगले नाही का?

वर्तमानपत्रे टेबलावर टाकून मी एका केसचे कागद वाचण्याकरिता माझ्या खोलीकडे जाऊ लागलो. इतक्यात करुणेने मला हाक मारली. मी थांबताच ती म्हणाली,

"इथं अनूचा शोध लागेल, असं मला वाटत नाही. तेव्हा आजच्या मोटारीनं परत जावं म्हणते मी!'

मी बोलायच्या आधीच मनोहर तिला म्हणाला,

"तू जा, हवं तर! देवदत्तांनी अनू इथं नाही, असं सांगितल्याशिवाय मी इथून हालणार नाही!"

करुणा फणकाऱ्याने निघून गेली.

दुपारी कोर्टात गेल्यावर मला वाटू लागले – अनूचा शोध इथे लागेल, या खोट्या आशेवर आपण या दोघांना झुलत ठेवले, हे फार वाईट केले. आपण जर पहिल्याच दिवशी खरी गोष्ट त्यांना सांगितली असती, तर....

संध्याकाळी घरी परत येताच मोठ्या कष्टाने मी अनूची सारी हकीकत मनोहर आणि करुणा यांच्या कानांवर घातली. आता अनू सापडली, तर मुंबईतल्या कुठल्या तरी वेश्यागृहात सापडेल, हे सूचक रीतीने सांगत असताना माझ्या मनावर कुणी तरी मोठा धोंडा ठेवावा, तशी माझी स्थिती झाली. मग माझे बोलणे संपल्यावर करुणा व मनोहर किती तरी वेळ दगडी पुतळ्याप्रमाणे जागच्या जागी बसली होती, यात नवल कसले!

रात्री मी झोपेतून जागा झालो, तो कुणाच्या तरी हुंदक्यांनी!

करुणा का रडत आहे, हेच मला कळेना.

मी डोळे उघडून पाहिले. माझ्या लक्षात आले – पलिकडच्या खोलीत करुणा रडत होती. दुसऱ्याचे बोलणे चोरून ऐकण्यासारखे पाप नाही, हे कळत असूनही माझे पाय मधल्या दाराकडे वळले. करुणा स्फुंदून स्फुंदून बोलत होती. त्यामुळे मला तुटक तुटक शब्दच ऐकू आले –

रक्त ते रक्त!

मी कुण्णीकुण्णी नाही....

....कशाला घरातून शेण खायला –

पुढे मनोहर काही तरी बोलला. पण त्यातला एकही शब्द मला ऐकू आला नाही. लगेच करुणा कर्कश स्वरात उत्तरली,

'नाही, नाही, नाही! बाजारात जाऊन बसलेल्या मुलीला मी घरात....'

काडकन् एक आवाज झाला.

करुणा मोठमोठ्याने स्फुंदू लागली.

मला मनोहरचा असा राग आला.

पशू कुठला!

सकाळी उठताच मुंबईला अनूचा शोध करायला जाण्याचा आपला बेत मनोहरने मला सांगितला. मी सहज विचारल्यासारखा प्रश्न केला,

"एकटेच जाणार की...."

"ती आली, तर दोघं! नाही तर.... "

"त्यांना बहीण हवीय! बायको का हवीय?" करुणा त्याच्याकडे न पाहता बोलून गेली.

सबंध रात्रभर तिच्या मनातली आग धुमसत राहिली होती, हे तिच्या मुद्रेवरून स्पष्ट दिसत होते. त्याचा परिणाम व्हायचा तोच झाला. मनोहर मुंबईला निघून गेला. जाता जाता तो करुणेला म्हणाला,

"तू घरी केव्हा जाणार?"

"माझी लहर लागेल, तेव्हा!" तिने रागाने उत्तर दिले.

माझ्या मनात आले – मनोहराचे करुणेवर खरे प्रेम असते, तर त्याने रागाच्या भरात सुद्धा तिच्या अंगावर हात टाकला नसता आणि चुकून टाकलाच असता, तर लगेच आपले पाप अश्रूंनी धुवून टाकले असते. प्रेम म्हणजे अहंकार नव्हे, प्रेम म्हणजे मालकी हक्क नव्हे! प्रीती म्हणजे भक्ती! भक्ताच्या हातून चूक झाली, तरी देवापुढे नाक घासून ती कबूल करण्यात त्याला कमीपणा का वाटावा?

पण मनोहर मोठ्या ताठरपणाने मुंबईला निघून गेला.

आपल्या या असल्या वागण्याने करुणा आपल्यापासून दूर जाईल... नवराबायकोत एक दुर्लंघ्य भिंत उभी राहील, याचा त्याने क्षणभर सुद्धा विचार केला नाही.

मी मात्र दिवसभर करुणेच्या मन:स्थितीचा विचार करीत होतो. पण तिचे सांत्वन कसे करायचे, हे काही केल्या मला कळेना.

संध्याकाळी मी कोर्टातून परत आलो, तो करुणा स्वत: चहा तयार करीत होती! मला एकदम अरुणेची आठवण झाली. मग मनात आले – मनुष्यानं कशात तरी मन गुंतविलं, तरच त्याला दु:खाचा विसर पडतो! करुणाही तेच करीत आहे.

चहा झाल्यावर फिरायला जायची कल्पनाही करुणेनेच काढली. परवा रात्री मी आणि सखाराम वाळूच्या टेकडीवर जिथे जाऊन बसलो होतो, तिथेच आम्ही दोघे जाऊन बसलो. पण आज मला सखाराम आणि गोकुळा यांच्या प्रेमकथेची एकदा सुद्धा आठवण झाली नाही. उलट, उजव्या हाताच्या बोटाने वाळूत वेड्यावाकड्या

रेघोट्या काढीत बसलेल्या करुणेकडे पाहता पाहता कॉलेजात असताना मी तिच्यावर जे प्रेम केले होते, त्याची मात्र राहून राहून आठवण होऊ लागली.

दुसरे दिवशी आम्ही असेच फिरायला गेलो. आज वाळूत टेकडीवर न बसता समुद्राच्या किनाऱ्यावर जाऊन बसण्याची इच्छा करुणने दर्शविली.

एखाद्या लहान मुलीप्रमाणे ती वाळूत उजव्या हाताच्या बोटाने अक्षरे काढीत बसली. वाळूत एक शब्द काढायचा व तो लगेच पुसून टाकायचा, असे ती किती तरी वेळ करीत होती. पहिल्या-पहिल्यांदा मी तिच्या या बालिश चाळ्यांकडे लक्ष दिले नाही. मग मात्र ती काय लिहीत आहे, हे पाहण्याची इच्छा माझ्या मनात उत्पन्न झाली. मी तिच्याजवळ जाताच तिने भर्रकन् ती अक्षरे पुसायला सुरुवात केली. पहिली दोन-तीन अक्षरे तिने पुसली, तरी दोन अक्षरे मला दिसल्यावाचून राहिली नाहीत!– दत्त!

करुणेने माझे नाव लिहिले होते, की काय?

तिची काही तरी थट्टा करावी, म्हणून मी म्हटले,

“दत्त कुठून आठवला हा तुला?”

“संसाराचा कंटाळा आला की, देवाची आठवण होते माणसाला!”

मनोहराने तिच्या मनाला केलेली जखम किती खोल आहे, याची या एकाच वाक्याने मला कल्पना आली.

तीन-चार दिवस असेच गेले. संध्याकाळी फिरायला जाण्याचा आमचा क्रम एक दिवसही चुकला नाही! आणि या वेळी या नाही त्या निमित्ताने करुणेने आपल्या मनाची जखम उघडी करून दाखविली नाही, असा एक दिवसही गेला नाही. ती वाळूचे घर बांधून त्याच्याकडे पाहत मला म्हणे, “प्रेमसुद्धा असंच असतं, नाही?” लगेच विचित्र हास्य करून ती ते घर मोडून टाकी.

मनातल्या मनात जळणाऱ्या मनुष्याची रात्र ही वैरीण असते. दिवसा कसाबसा दडपून ठेवलेला मनातला उद्वेग रात्रीच्या एकान्तात बाहेर पडू लागतो आणि मग... पलिकडच्या खोलीतून तिचे सुस्कारे, तिच्या येरझाऱ्या आणि तिच्या खाटेची करकर मला एकसारखी ऐकू येई. पण तिचे समाधान कसे करावे, हेच मला कळत नसे! तिच्या आणि माझ्यामध्ये केवळ एक भिंत उभी नव्हती – दोन माणसे उभी होती – मनोहर आणि अरुणा यांच्या मूर्ती उभ्या होत्या.

तिच्या अस्वस्थपणाच्या हालचालींमुळे माझी झोप उडून जाई आणि मग माझ्या मनात विचारांची जी वावटळ सुरू होई....

राहून राहून मला कॉलेजमधील करुणा आठवे – तिच्या सुखद स्पर्शाची स्मृती जागृत हाई आणि....

रात्रीच्या वेळी भुते पृथ्वीवर भटकतात, अशी एक जुनी कल्पना आहे. मनुष्याच्या मनातल्या अतृप्त वासनांवर कुणी तरी कवीने बसविलेले रूपक असावे ते!

मनोहरला जाऊन आठ दिवस झाले होते. मध्यरात्री मी एकदम दचकून जागा झालो. 'देवदत्त,' 'देवदत्त' म्हणून कुणी तरी मला हाक मारीत होते. डोळे उघडल्यावर त्या हाका मी स्वप्नात ऐकल्या असाव्यात, असे मला वाटले; पण ते क्षणभरच, पुन्हा एक हाक ऐकू आली, 'देवदत्त.'

करुणाच मला हाक मारीत होती.

मी धावतच मधल्या दाराकडे गेलो आणि हाक मारली....

"करुणा!"

माझ्या हाकेला तिने उत्तर दिले. शब्दांनी नाही – हुंदक्यांनी!

"काय होतंय तुला, करुणा?"

तिचे हुंदके तेवढे मला ऐकू येत होते. पण....

तळमळत मी सारी रात्र काढली.

सकाळी चहाच्या वेळी मी करुणेकडे पाहिले. नेहमीप्रमाणे माझ्या नजरेला नजर भिडवून ती बोलली नाही. याचा अर्थ?

दुपारी कोर्टातसुद्धा माझे मन तिच्या काल रात्रीच्या आणि आज सकाळच्या वर्तनाचा अर्थ लावण्याचा प्रयत्न करीत होते. कोर्टतच मला एक नॉट-पेड पत्र मिळाले. ते मनोहराचे होते. उघडून पाहतो, तो आत एक दुसरं पाकीट असून त्याच्यावर 'करुणा' एवढीच अक्षरे होती. नॉट-पेड प्रेमपत्र पाठविणाऱ्या या नवऱ्याचे मला विलक्षण हसू आले.

संध्याकाळी घरी गेलो, तो करुणेने माझ्या आवडीचे बटाटे-पोहे तयार करून ठेवले होते. कॉलेजमधली माझी आवडनिवड तिच्या अजून लक्षात आहे, हे पाहून मला आश्चर्य वाटल्याखेरीज राहिले नाही.

चहा-पोहे घेऊन आम्ही फिरायला गेलो. ते सुद्धा खूप लांब! एकदा मी 'आता परतू या!' असे म्हटले. पण ते ऐकले, न ऐकल्यासारखे करून करुणा पुढेच चालू लागली.

घरी परत जाताना अंधारात ती ठेचाळली. ती पडत आहे, असे वाटून मी चटकन तिला धरले.

तिच्या स्पर्शाचा पहिला क्षण....

ती पडली नाही आणि तिला कुठे लागले नाही, या आनंदाने नाचत होता.

त्याच्या पाठोपाठ आलेला दुसरा क्षण! तोही आनंदाने नाचत होता. पण तो आनंद शुद्ध नव्हता! त्यात स्वार्थ होता, मोह होता! करुणेच्या स्पर्शाची अतृप्त वासना, क्षणभर हा होईना, सफल झाल्याचा होता तो!

पश्चिमेच्या पहिल्याच स्पर्शाने सूर्य रंगून जातो आणि एका क्षणात त्याच्या भोवती गुलाबांच्या बागा बहरतात, हे दृश्य गेले आठ दिवस मी दररोज पाहत होतो. पण त्याचा अनुभव मात्र मला आज आला.

जेवताना, जेवल्यावर गप्पा मारताना, करुणा आपल्या खोलीत गेल्यावर वर्तमानपत्रे वाचण्याचा प्रयत्न करताना, प्रत्येक पळाला मी या उन्मादाच्या लाटांवर तरंगत होतो. क्लोरोफॉर्म दिल्यावर बेशुद्ध होण्यापूर्वी मनुष्याला जी गुंगी येते, ती त्या स्पर्शाने माझ्या मनात आली होती.

अंथरुणाकडे जाताच मला अरुणेचा फोटो दिसला.

मी एकदम दचकलो.

लगेच मला मनोहराची आठवण झाली. त्याचे ते दुपारी आलेले पत्र माझ्या खिशात तसेच राहिले होते. करुणेला हाक मारून ते आता द्यावे, की....

मी कोटाच्या खिशातून ते पत्र काढले आणि टेबलाकडे गेलो. टेबलाच्या उजव्या बाजूला फाटलेल्या कागदांच्या कपट्यांनी भरलेली वेताची टोपली दिसली. ती पाहून मोठे नवल वाटले मला. सकाळी मी तिच्यात एक सुद्धा कपटा टाकला नव्हता. मग....

मी टोपलीतले दहा-वीस कपटे उचलून टेबलावर घेतले आणि ते नीट लावून –

करुणेचेच अक्षर होते ते!

'प्रिय – दत्त.'

'पहिले प्रेम हेच ख....'

'सारी रात्र तळमळत....'

'भारी दुष्ट'

'बोटभर सुद्धा....'

'मी चुकले...फसले....'

टोपलीतले सर्व तुकडे नीट लावून पाहण्याची काय जरुरी होती? या चार-पाच तुकड्यांवरून करुणेचे मन उघड होत होते – पहिले प्रेम हेच खरे प्रेम आहे, अशी तिची खात्री झाली होती. मघाशी ती अंधारात खरोखरीच ठेचाळली, की....

ती तिची गोष्ट लबाडी असली पाहिजे. स्त्रीला आपले प्रेम बोलून दाखविता येत नाही – भीतीचे सोंग केल्याशिवाय प्रीतीचा लाभ तिला होत नाही.

एका क्षणात माझे कपाळ आणि कानशिले तापून गेली. मन धुंद होऊन गेले. माझे मलाच हसू आले. करुणेने माझ्यावरले प्रेम इतक्या स्पष्ट रीतीने व्यक्त केले

असताना, मी मूर्खासारखा विचार करीत बसलो होतो. पावसातून गारा पडायला लागल्यावर त्या वेचायला धावायचे की, छत्र्या शोधण्याकरिता घरभर फिरत बसायचे!

कॉलेजातील करुणा माझ्या डोळ्यांपुढे उभी राहिली. त्या वेळी ती मला हवीहवीशी वाटे. एखादे सुंदर फूल पाहिल्यावर ते तोडावे आणि मन तृप्त होईपर्यंत त्याचा वास घ्यावा, अशी जशी मनाला इच्छा होते, तसे त्या वेळी मला....

आताही त्या एका इच्छेनेच माझ्या मनाचा आणि शरीराचा कण न् कण नाचू लागला. मनोहराचे ते पत्र टेबलावर फेकून देऊन मी मधल्या दाराकडे गेलो. धडधडत्या अंत:करणाने मी हाक मारली....

"करुणा!"

एखाद्या खोल गुहेतून रानटी श्वापदाचा विचित्र आवाज यावा, तशी ती हाक वाटली मला मी कचरलो – पण क्षणभरच लगेच मी पुन्हा हाक मारली....

"करुणा"

"ओ!"

माझे प्राण कानांत येऊन उभे राहिले होते. त्यांना तिच्या पावलांची चाहूल ऐकू आली. लगेच दुसऱ्या क्षणी काकणांचा आवाज....

दाराची कडी काढून करुणेने ते उघडले होते. पण ती माझ्याकडे पाहत नव्हती. दुसरीकडेच कुठे तरी....

मी तिचा हात हातात घेतला. थरथर कापत होता तो! माझ्याही हाताला कंप सुटला. पाय एकदम गळून गेल्यासारखे झाले. मी तिचा हात धरून तिला पलंगापाशी आणले.

धाडकन पलंगावर अंग टाकून करुणेने माझ्या उशीत डोके खुपसले आणि ती मुसमुसून रडू लागली. मी तिच्याजवळ बसून तिचे सांत्वन करू लागलो.

करुणा स्फुंदत म्हणत होती,

"मी तुमच्याशी लग्न करायला हवं होतं!... मी चुकले – देवदत्त, मी फसले!"

तिच्या पाठीवरून हात फिरवीत मी म्हटले, "वेडी आहेस तू! रडून का कुठं चुका दुरुस्त होतात?"

दिव्याकडे पतंग ओढला जावा, तसे माझे तोंड तिच्या तोंडापाशी....

"देवदत्त!" असा उद्‌गार काढून करुणेने तो विलक्षण हुंदका दिला.

मी एकदम दचकून जागा झालो. माझा धक्का पलिकडच्या उशीवर ठेवलेल्या फोटोला लागला आणि तो खाली पडून खळकन् फुटला. त्या आवाजासरशी करुणा एकदम पलंगावरून उठली.

मी मागे वळून पाहिले. पाळण्यातले ते सॅल्युलॉईडचे बाळ माझ्याकडे पाहून हसत होते.

मी कापऱ्या स्वरात म्हटले,

"करुणा, क्षमा कर मला. आपल्या पहिल्या प्रेमाच्या आठवणीनं...."

माझ्या खोलीचे दार कुणी तरी खटखट करून वाजवीत होते. माझा गडीच होता तो!

मी दारापाशी जाऊन त्याला, काय काम आहे, म्हणून विचारले. त्याने एक म्हातारा भटजी माझ्याकडे आला असल्याचे सांगितले.

दार न उघडताच मी म्हणालो,

"केसचं काम मी सकाळी करतो, असं त्याला सांग!"

"केससाठी नाही आला तो!"

"मग!"

"त्याचा मुलगा सापडला म्हणून सांगायला!"

"मुलगा? नाव काय त्या भटजींचं?"

"बापूभटजी!"

बापूभटजी एवढ्या अपरात्री आपल्या खेड्यातून माझ्याकडे आले होते!

मी दार अर्धवट उघडून लगेच ते लावून घेतले आणि जवळ जवळ धावतच बाहेर आलो. मला पाहताच बापूभटजींच्या चेहऱ्यावर जो आनंद उमटला – ढगांतून वीज चमकावी, तसे त्यांचे हास्य होते ते!

माझ्या हातात एक पत्र देत ते म्हणाले,

"मी संध्याकाळीच पोहोचायचा इथं! पण वाटेत मोटार तीनदा पंक्चर झाली."

हे ऐकेपर्यंत पाकिटातले पत्र झटकन काढून मी मायन्याच्या पलीकडे गेलो होतो.

'मी कोल्हापूरहून पाठविलेल्या पत्रानं तुम्हाला नि आईला अतिशय दुःख झालं असेल, तुम्ही माझा शोध केला असेल आणि मी कुठं सापडत नाही, म्हणून आई तुम्हाला चुकवून आणि तुम्ही आईला चुकवून डोळ्यांतून पाणी गाळीत बसला असाल!

ते पत्र मी पाठवायला नको होतं. आज मला असं वाटतंय. पण त्या वेळी आत्महत्या करायच्या निश्चयानंच मी कोल्हापुराहून निघालो.

त्या आत्महत्येचं कारण? पहिलं प्रेम! एका श्रीमंत मुलीवर माझं प्रेम बसलं... तिचं लग्न एका संस्थानच्या युवराजाशी ठरलं... आईच्या आणि मावशीच्या विरुद्ध जाण्याची छाती तिला झाली नाही नि म्हणून मी जीव द्यायला निघालो. किती किती वेडा झालो होतो मी!

पहिल्या प्रेमात एक प्रकारचा उन्माद असतो. त्यामुळं पहिलं प्रेम हेच आयुष्यातलं सुखसर्वस्व आहे, असं वाटतं... त्याला दुसरं काही दिसूच शकत नाही!

दिसणार तरी कुठून? शाळा-कॉलेजांतल्या पुस्तकांबाहेर तरुणांचं जगच नसतं! कथा-कादंबऱ्यांतल्या प्रेमाच्या कल्पनांनीच त्यांची मने भरलेली असतात... भारलेली असतात!

त्यामुळे पहिल्या प्रेमातली निराशा तरुणाला विषापेक्षाही असह्य होते. पण पहिल्या प्रेमातला उन्माद पुढच्या प्रेमात थोडासा कमी झाला तरी उल्हास, उत्साह आणि उदात्तपणा या दृष्टींनी ते पहिल्या प्रेमाइतकंच किंबहुना त्याच्याहूनही अधिक असतं, याची कल्पना त्याला कधीच येत नाही.

आत्महत्या करायच्या विचारानंच मी मुंबईतले पहिले पाच-सहा दिवस काढले. या दिवसांनी मला एक गोष्ट शिकवली – प्रेम हेच काही मनुष्याच्या आयुष्याचं सर्वस्व नाही. सुलभा मिळाली नाही, म्हणून प्रभाकरानं जीव देण्यात काय अर्थ आहे?

सकाळपासून संध्याकाळपर्यंत मी वेड्यासारखा मुंबईत भटकलो. परळमधल्या मजुरांच्या चाळीपासून मलबार हिलवरच्या बंगल्यापर्यंत... जिथं तिथं माणसं काम करीत होती, धडपडत होती, हसत होती, धावत होती; आयुष्याच्या खेळात रंगून जात होती. घड्याळाकडे पाहत स्टेशनकडे धावणारे कारकुनांचे थवे, हॉटेलात गिऱ्हाइकांना काय हवं-नको ते गडबडीनं पाहणारी पोरं, एकाच जागी उभं राहून ट्रॅम आणि बस चालविणारी माणसं, चाळीचाळींतून आण्या-दोन आण्यांच्या वस्तू विकीत चाललेले फेरीवाले, उघड्या मोटार लॉरीतून कुठं तरी कामावर चाललेले मजूर – ज्या ज्या दृश्याकडे माझी नजर जाई, ते ते उपहासानं मला म्हणे...

'मुनष्य जगण्याकरता जन्माला आलेला आहे; मरण्याकरिता नाही.'

अशा वेळी माझ्या मनात विचारांच्या इतक्या विचित्र लाटा उसळू लागत की, त्यांचं वर्णन करणंच शक्य नाही. मी जी माणसं पाहत होतो, त्यांच्या आयुष्यांत काय थोडी दु:खं नव्हती? त्या सर्वांचं पहिलं प्रेम सफल झालं असेल, असं थोडंच आहे! त्यांच्यापैकी कित्येकांना प्रेम करायची संधी सुद्धा मिळाली नसेल, कित्येकांच्या प्रेमाच्या आड गारिबी आली असेल. कित्येकांच्या भोळ्याभाबड्या भावनांची फसवणूकही झाली असेल. पण ही सारी माणसं स्वत:साठी नि आपल्या कुटुंबासाठी जगत आहेत, दारिद्र्याशी झुंज खेळत आहेत. आयुष्याच्या बागेत अर्धीकच्ची फळं हाताला लागली, तरी त्यांची आंबट गोडी चाखण्यातच ती आनंद मानीत आहेत. आणि मी मात्र... त्यांच्यापेक्षा अधिक शिकलो असेन, त्यांच्यापेक्षा अधिक काव्यमय कल्पना करीत असेन; पण माझं शिक्षण, माझं काव्य, माझं ध्येय... सारं सारं त्यांच्या मानानं दुबळं आहे. सेल्युलॉइडचं बाळ मोठं सुंदर नि मोहक दिसतं; पण

एका ठिणगीनं त्याची जळून राख होते. काव्यातल्या कल्पनांवर जगणाऱ्या, पुस्तकी वातावरणात वाढणाऱ्या आणि स्वप्नाळू डोळ्यांनी भोवतालच्या जगाकडे पाहणाऱ्या माझ्यासारख्या तरुणांशी जीवनशक्ती ही कचकड्याच्या बाळासारखीच असते, अशी माझी खात्री झाली – जितकी मोहक, तितकीच दुबळी!

बापू, माझं हे लिहिणं वाचून प्रभाकराला वेडबीड तर लागलं नाही ना, अशी शंका तुम्हाला येईल. खरंच, मी वेडा झालो आहे, दुःखानं नाही – आनंदानं. माझा पुनर्जन्म झाला आहे. माझी ही बडबड – लहान मुलाला कुठं, केव्हा, किती आणि काय बोलावं, हे कधी तरी कळतं का?

आईला सांगा, प्रभाकर खुशाल आहे, सुखी आहे. मात्र तुला भेटायला यावं, की नाही, हे त्याला अजून....

पुढची हकीकत लिहायच्या आधीच मी हे काय....

मुंबईत असाच भटकत होतो मी! ट्रॅममध्ये मला माझा एक शाळासोबती भेटला, सावळ्या शिरोडकर. एका शेतकऱ्याचा मुलगा आहे तो. चवथीपर्यंत तो माझ्याबरोबर होता. पुढं बापाला इंग्रजी शिक्षणाचा खर्च झेपेना, म्हणून त्यानं शाळा सोडली आणि मुंबईला एका गिरणीत नोकरी धरली. त्याच्या हुशारीला इथं निराळंच वळण लागलं. आज तो आपल्या गिरणीतल्या मजुरांचा पुढारी होऊन बसला आहे. सावळ्याचा शब्द म्हणजे अगदी वेदवाक्य वाटतं त्यांना. मी परळला त्याच्या खोलीवर गेलो. चहा पिता पिता मी त्याला विचारलं,

"लग्न कधी करणार, रे, तू?"

त्यानं हसत हसत उत्तर दिलं,

"लग्नाची काय घाई आहे एवढी? नोकरी आणि बायको मिळविण्यासाठीच काही माझा जन्म झाला नाही!"

लगेच त्यानं मला एक छोटं इंग्रजी पुस्तक काढून वाचायला दिलं. एका युरोपियन बाईचं आत्मचरित्र होतं ते. त्या बाईचं वयाच्या अठराव्या वर्षी एका चित्रकारावर प्रेम बसलं. पहिलं प्रेम हेचं खरं प्रेम, अशी तिची समजूत असल्यामुळं तिनं कुणाचंही न ऐकता त्या चित्रकाराशी लग्न केलं. लग्नानंतर दोघांची दोन वर्षे सुखात गेली, पण पुढं लहान-सहान गोष्टींवरूनही दोघांची भांडणं होऊ लागली. चैनीत राहता यावं, म्हणून तो हलक्या दर्जाची चित्रं काढू लागला. बायकोला ते आवडेना. त्याच्या वागणुकीतला बेतालपणाही हळूहळू वाढू लागला. लहान मूल देव म्हणून दगडावर फुलं वाहतं ना? आपल्या पहिल्या प्रेमाची गत तशीच झाली, असं तिला कळून चुकलं. तिनं काडीमोड मागितली आणि ती तिला चटकन मिळाली.

एकटी राहून ती स्वतःचं पोट भरू लागली. दोन-तीन वर्षे तिला या एकटेपणाचा कंटाळा आला नाही. पण पुढं – एखाद्या सुंदर खोलीत प्रकाश मात्र नसावा, तसं

तिला आपलं आयुष्य वाटू लागलं. योगायोगानं तिची एका डॉक्टराशी ओळख झाली. त्याची पहिली बायको वारली होती. ओळखीचं रूपान्तर प्रथम मैत्रीत आणि नंतर प्रीतीत झालं. मिशनरी काम करायचं ठरवून डॉक्टर हिंदुस्थानात आला. त्याच्याबरोबर तीही आली. दोघंही मिळून हिंदुस्थानातल्या खेड्यापाड्यांत फिरली. एखाद्या जिल्ह्याच्या गावी वर्ष-दोन वर्षं राहून, त्या जिल्ह्यातल्या खेड्यापाड्यांतल्या माणसांच्या उपयोगी पडायचं, तिथल्या डॉक्टरांत सेवावृत्ती निर्माण करायची आणि मग दुसऱ्या जिल्ह्यात जायचं, असा त्यांनी आपला क्रम ठेवला. बाईला मूल झालं नाही, म्हणून एक अनाथ हिंदू मूल तिनं संभाळायला घेतलं –

ते पुस्तक वाचून संपताच मला स्वत:च्या दुबळ्या विचारांची लाज वाटू लागली. माझं पहिलं प्रेम सफल होत नाही, म्हणून मी आत्महत्या करायला निघालो होतो; पण या बाईला तर पहिल्या प्रेमाचा माझ्यापेक्षाही अधिक वाईट अनुभव आला होता. पण आयुष्यात असले अपघात होत असले, तरी ज्यांच्यासाठी माणसानं जगावं, अशा अनेक गोष्टीही तेच आयुष्य देत असतं, ही गोष्ट ती विसरली नाही.

ती बाई हल्ली जवळ ठाण्यालाच असते, असं सावळ्याकडून कळताच तिला एकदा पाहावं, असं मला वाटू लागलं. कामगारांच्यामुळे सावळ्याची आणि तिची थोडी ओळखही झाली होती.

सुट्टीच्या दिवशी सावळ्याला घेऊन मी ठाण्याला गेलो. बाई आदल्या दिवशी मिरजेला गेली होती, असं कळलं. ती दोन-तीन दिवसांनी परत येणार होती.

ते तीन दिवस मला तीन वर्षांसारखे वाटले. केव्हा एकदा त्या बाईला पाहतो, असं मला झालं होतं.

तीन दिवस होताच मी एकटाच ठाण्याला गेलो. बाईच्या बंगल्यावर गेलो तो, ती नुकतीच कल्याणला गेली आहे, असे कळलं. मी कल्याणला गेलो, पण तिथलं काम संपवून ती नुकतीच परतली होती. या चुकामुकीमुळे काही झालं, तरी आज त्या बाईची गाठ घ्यायचीच, असा निश्चय केला मी.

ठाण्याकडे परत येताना अगदी पहिल्याच डब्यात बसलो होतो मी. एका स्टेशनवर थांबलेली गाडी सुरू झाली. ती थोडीशी पुढे गेलो नाही, तोच एकदम थांबली – आरडाओरड – दंगा – धावाधाव....

मीही डब्यातून खाली उतरून त्या गर्दीत मिसळलो. कुणी तरी मुलगी आडवी आल्यामुळे गाडी एकदम थांबली होती. त्या मुलीची ती सौम्य-करुण मुद्रा पाहून माझ्या अंत:करणात विलक्षण कालवाकालव झाली. पाण्यानं भरलेले तिचे ते डोळे....

एकदम गर्दीतून एक मनुष्य 'ही माझी बहीण आहे' असं सांगत पुढे आला. त्याच्याकडे लक्ष जाताच, तिची मुद्रा एकदम पांढरी फटफटीत झाली आणि ती

एवढ्या मोठ्यानं किंचाळली... कुणी तरी अंगात सुरी भोसकावी, तशी तिची ती किंकाळी मला वाटली! तिचा भाऊ म्हणविणाऱ्या त्या मनुष्याची ती क्रूर दृष्टी जणू काय गाईवर झडप घालणाऱ्या वाघाचीच नजर. या मनुष्याच्या त्रासातून सुटण्याकरिताच ती धावत्या गाडीपुढे आली असावी, अशी मला शंका आली. लगेच मी पुढे होऊन तिच्याजवळ गेलो आणि भाऊ म्हणविणाऱ्या त्या गृहस्थाला दूर लोटून 'ही माझी बायको आहे!' असं सांगितले.

मी वेड्यासारखं काही तरी बोलून गेलो, असं त्या क्षणी मला वाटलं. पण आता – माझ्या आयुष्यातला अत्यंत उदात्त असा तो क्षण होता, हा अनुभव आता मी क्षणाक्षणाला घेत आहे.

हे सारं प्रकरण पोलिसांत आणि तिथून कोर्टात जाऊन त्या मुलीच्या अब्रूचे धिंडवडे निघाले असते. पण स्टेशनावर हा सारा गोंधळ सुरू असतानाच ज्या बाईला भेटायला मी निघालो होतो, ती तिथं आली आणि तिनं त्या मुलीला आपल्या ताब्यात घेऊन सारं प्रकरण थोडक्यात मिटविलं.

त्या मुलीला वाचविण्याकरिता 'ही माझी बायको' असं मी म्हटलं होतं; पण नंतर मी तिची सर्व हकीकत ऐकली, तिच्या सहवासात चार दिवस काढले आणि मला वाटू लागलं – त्या दिवशीचे ते शब्द मी खरे केले, तर आम्ही दोघेही सुखी होऊ.

बापू, तुमची ही सून सालस आहे, सुस्वभावी आहे, पण दुर्दैवानं तिचं पूर्वीचं आयुष्य कलंकित केलं आहे. मला त्या कलंकाचं काहीच वाटत नाही. आमच्या समाजात तरुण मुलीच्या जीवनाचा घरात कोंडमारा होतो आणि ती घर सोडून बाहेर पडली, तर तिच्या आयुष्याचा चोळामोळा होतो. पण तुम्हांला नि आईला हे पटणार नाही! वेश्येच्या घरात राहून आलेल्या सुनेला घरी नेणं तुम्हांला – म्हणूनच मी घरी येणार नाही. पण आईला सांगा, प्रभाकर आज घरी आला नाही, तरी तुला पत्र पाठवील, तुझे हाल होऊ नयेत, अशी काळजी घेईल. उद्या तुला त्याला पाहावंसं वाटलंच, तर तो बायकोला घेऊन येईल, अंगणात उभा राहील आणि तू त्या दोघांचा नमस्कार घेऊन नुसती हसलीस, तरी ती दोघं आनंदानं नाचत परत जातील.

आईला म्हणावं – तुझ्या सुनेचं नाव फार छान आहे. अनसूया! किती गोड नाव आहे, नाही? ती एका ड्रॉईंग मास्तराची बहीण आहे. त्या मास्तरांचं नाव – मनोहर...!

पुढचे काही वाचणे शक्यच नव्हते मला! मी 'करुणा,' म्हणून धावतच माझ्या खोलीत गेलो.

खोलीचे दार उघडताच मी जागच्या जागी थांबलो. अरुणेचा तो काच फुटलेला फोटो पुढे ठेवून करुणा स्फुंदत म्हणत होती,

"अरुणाताई, क्षमा करा मला!"

मी एखाद्या चोरासारखा उभा राहिलो. टेबलावर एक छोटे पत्र पडलेले दिसले. पलीकडेच एक फोडलेले पाकीट – मनोहरचेच पत्र असावे ते. मी ते हळूच उचलून वाचू लागलो –

'प्रिय करुणा,

त्या रात्रीच्या माझ्या मूर्खपणाची तू मला क्षमा केली असशीलच. मी माझा राग अनावर होऊ द्यायला नको होता. पण – अनूसाठी माझा जीव किती तडफडतो, हे तुला ठाऊक आहे ना? तिचा काहीच पत्ता लागेना, त्यामुळे मी फार चिडखोर झालो होतो.

खरं प्रेमच क्षमा करू शकतं. तुलाही याचा अनुभव नाही, असं नाही. लग्न म्हणजे वादळातून प्रवास करणाऱ्या दोन होड्यांची भेट, असं तू एकदा म्हणाली होतीस, ते किती खरं आहे!

तू मला क्षमा करणार नसलीस, तर तू देशील ती शिक्षा भोगायला मी तयार आहे, मग तर झालं?

करुणा, मघाशीच मला अनू कुठं आहे, ते कळलं. तिचं एका चांगल्या मुलाशी लग्न होणार आहे. आता कन्यादानाची तयारी करायला लागा हं, बाईसाहेब! सविस्तर....'

करुणा उठत आहे, असे दिसताच ते पत्र मी हळूच टेबलावर टाकले.

माझ्याकडे वळून ती मोठ्या आनंदाने म्हणाली,

"अनू सापडली. तिचं लग्न सुद्धा ठरलं!"

"ठाऊक आहे मला!" मी माझ्या हातातले पत्र पुढे करीत आणि त्याचा शेवटचा भाग तिला दाखवीत म्हणालो.

पत्र वाचून होताच ती म्हणाली.

"तुम्ही येता का माझ्याबरोबर? मी एकटी सुद्धा जाईन, म्हणा!"

"कुठं?" हा माझा प्रश्न तिला ऐकू गेला की नाही, कुणास ठाऊक! ती केव्हाच आपल्या खोलीत निघून गेली होती.

माजघरात बापूभटजी एकटेच आहेत, हे लक्षात येऊन त्यांच्याशी बोलण्याकरिता म्हणून मी बाहेर आलो.

पण प्रभाकराच्या बाबतीत त्यांच्याशी पुढे काय बोलावे, हा मोठा बिकट प्रश्न माझ्यापुढे उभा राहिला!

बापूभटजी समोरल्या चित्राकडे पाहत होते. एका बंगाली चित्रकाराचे चित्र होते ते! शिबि राजा एका गरीब कबुतराचे रक्षण करण्याकरिता आपले मांस कापून देत आहे, हा प्रसंग त्यात सुंदर रीतीने चित्रित केला होता.

करुणा धावत धावतच बाहेर आली.

मी विचारले.

"कुठं निघालीस?"

तिने हसत हसत उत्तर दिले,

"पोस्ट ऑफिसात, मनोहरांना तार करायला!"

तिच्या हातातला कागद घेऊन मी त्यातला मजकूर मोठ्याने वाचला,

"बहिणीला घेऊन लवकर लवकर या."

बापूभटजी माझ्याकडे पाहत म्हणाले,

"या तारेबरोबर माझीही एक तार करा?"

"कुणाला?"

"प्रभाकराला! त्याला लिहा – बायकोला घऊन लवकर लवकर ये!"

आमच्या गावच्या पोस्टमास्तरांचे आजचे ग्रह फार उच्चीचे असले पाहिजेत, असे मला वाटले. त्यांना 'लेट फी' मिळवून देणारी अरुणेच्या नावाची तिसरी तार माझ्या डोळ्यांपुढे नाचत होती –

"अजयला घेऊन लवकर लवकर ये!"

■

कला, धर्म आणि संस्कृती यांच्या नावाखाली समाजात निर्माण झालेल्या भीषण विषमतेचं दर्शन घडवणारी कादंबरी

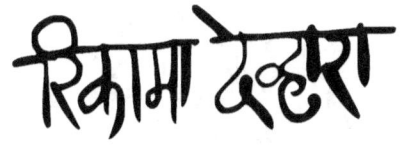

रिकामा देव्हारा

वि. स. खांडेकर

किती मोहक मूर्ती ती!
एवढी सुंदर मूर्ती ठेवायची कुठं हा भक्तांना प्रश्न पडला.
मूर्ती म्हणाली, 'भक्तांचं हृदय हाच माझा स्वर्ग!'
पण हृदयातली मूर्ती डोळ्यांना कशी दिसणार?
सर्व भक्तांनी मूर्तीसाठी एक सुंदर देव्हारा करायचं ठरविलं.
कुणी चंदनाचं लाकूड आणलं, कुणी त्यावर सुंदर नक्षीकाम केलं.
स्वर्गातलं सर्व सौंदर्य त्या देव्हाऱ्यात अवतरलं.
देव्हाऱ्यातल्या मूर्तीची रोज पूजा होऊ लागली. देव्हाऱ्याला शोभतील अशी सुंदर फुलं रोज कोण आणतो,
याबद्दल भक्तांत अहमहमिका सुरू झाली.
धूप, दीप, नैवेद्य– देव्हाऱ्याला शोभतील अशी पूजेची साधनं गोळा करण्यात प्रत्येक भक्त रमून जाऊ लागला.
महोत्सवाचा दिवस उगवला. देव्हारा फुलांनी झाकून गेला. धुपानं अदृष्य सुगंधी फुलं फुलविली. दीपज्योती तारकांशी स्पर्धा करू लागल्या. भक्तगण पूजा संपवून समाधानानं मागं वळला. वळता वळता आपला पाय कशाला अडखळत आहे म्हणून प्रत्येकानं वाकून पाहिलं.
देव्हाऱ्यातली मूर्ती होती ती! ती कुणी कधी बाहेर फेकून दिली होती देव जाणे! पण एकालाही तिची ओळख पटली नाही. प्रत्येक
भक्त तिला तुडवून पुढं गेला.

प्रीती म्हणजे उदात्त करूणा आणि आपुलकीच्या
शिंपणानं बहरलेली अमृतवेल.

अमृतवेल

वि. स. खांडेकर

'... या चित्रातल्या वेलीवर नाना रंगांची फुलं उमलली आहेत. प्रीतीही या वेलीसारखीच आहे, बाळ.
प्रीती म्हणजे केवळ यौवनाच्या प्रेरणेतून उद्भवणारी वासना नव्हे! त्या वासनेची किंमत मी कमी मानत नाही. साऱ्या संसाराचा आधार आहे ती! पण या वासनेला जेव्हा खोल भावनेची जोड मिळते, तेव्हाच प्रीती ही अमृतवेल होते. मग या वेलीवर करूणा उमटते, मैत्री फुलते. मनुष्य जेव्हा-जेव्हा आत्मप्रेमाचे कवच फोडून बाहेरच्या विश्वाशी एकरूप होतो, तेव्हा-- प्रीतीचा खरा अर्थ त्याला जाणवतो. या बाहेरच्या विश्वात रौद्र-रम्य निसर्ग आहे, सुष्टदुष्ट माणसं आहेत, साहित्यापासून संगीतापर्यंतच्या कला आहेत, आणि महारोग्याच्या सेवेपासून विज्ञानातल्या संशोधनापर्यंतची आत्म्याची तीर्थक्षेत्रं आहेत.
'पण हीच प्रीती नुसती आत्मक्रेंद्रित झाली, आत्मपूजेशिवाय तिला दुसरं काही सुचेनासं झालं, म्हणजे मनुष्य केवळ इतरांचा शत्रू होत नाही; तो स्वत:चाही वैरी बनतो! मग या वेलीवर विषारी फुलांचे झुबके लटकू लागतात...'